சரித்திரம் சொலலும

சிலைகள்

லதானந்த்

சத்யா

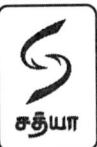

Title
Sarithiram sollum silaigal
Lathananth

ISBN : 978-93-6666-630-3
Title Code : Sathyaa - 139

நூல் தலைப்பு
சரித்திரம் சொல்லும் சிலைகள்

நூல் ஆசிரியர்
லதானந்த்

முதற்பதிப்பு
பிப்ரவரி 2025

விலை : ₹ 130

பக்கம் : 100

Printed in India

Published by
Sathyaa Enterprises
No.134, First Floor,
Choolaimedu High road,
Choolaimedu, Chennai - 600 094.
044 - 4507 4203

Email
sathyaabooks@gmail.com

காணிக்கை

இந்த நூலைத் தமிழ்நாடு அரசு தணிக்கைத் துறையிலும், வனத்துறையிலும் என்னுடன் பணியாற்றிய அனைத்து சகாக்களுக்கும் காணிக்கையாக்குகிறேன்.

முனைவர் இரா. அருணாசலம்
M.A. (English), M.Litt. (English), M.B.A., Ph.D. (English), Ph.D. (Linguistics)
ஆங்கிலப் பேராசிரியர் & கல்லூரி முதல்வர் (ஓய்வு)
தெலுங்கானா அரசு, மேட்டுப்பாளையம் - 641 301
கோவை மாவட்டம். போன் : 9488710897

அணிந்துரை

'கோயிலில்லா ஊரிலே குடியிருக்க வேண்டாம்' என்ற முதுமொழியைத் தழுவிச் சிலைகள் இல்லா ஊரிலே குடியிருக்க வேண்டாம் என்னும் அளவிற்கு நாம் எங்கு சென்றாலும் ஏதோ ஒரு சிலையையாவது பார்க்க முடியும்.

பல நேரங்களில் அச்சிலைகளைக் கண்டும் காணாமல் போய்விடுகிறோம். சில நேரங்களில் அவற்றைப் பற்றித் தெரிந்து கொள்ள முயற்சிக்கும்பொழுது நமக்குச் சரியான தகவல்கள் கிடைக்காமல் போகும் சூழல்கள் உண்டு. அந்தப் பகுதியில் வாழ்பவர்கள்கூட சிலைகளின் வரலாறுகளைக் கால ஓட்டத்தில் மறந்து போவதும் உண்டு.

ஒவ்வொரு சிலைக்கும் ஒரு காரணம் உண்டு; முக்கியத்துவம் உண்டு; வரலாறும் உண்டு. அந்த வரலாறை நமக்கு ஞாபகப்படுத்தத்தான் அந்த சிலை நிறுவப்பட்டிருக்கிறது. அந்த வரலாற்றையும் ஆவணப்படுத்துவது மிக அவசியம். இதை இந்த நூல் மிகச் சிறப்பாக செய்துள்ளது.

இந்த நூலில் இருபத்து ஐந்து சிலைகளைப் பற்றிய முக்கிய அடிப்படைத் தரவுகள் அடங்கிய கட்டுரைகள் மிக நேர்த்தியாகவும், சுருக்கமாகவும், எளிய நடையிலும் எழுதப்பட்டுள்ளன. ஒவ்வொரு சிலையின் புகைப்படப் பதிவும் நாமே அந்த சிலையை நேரில் சென்று பார்த்தது போன்ற அனுபவத்தை ஏற்படுத்துகிறது.

இப்புத்தக ஆசிரியர் லதானந்த் ஒரு சிறந்த எழுத்தாளர். கொங்குத் தமிழில் நகைச்சுவை உணர்வோடு, நையாண்டி நடையில், உள்ளபூர்வமாக எழுதும் ஆற்றல் கொண்டவர். வலைதளங்களில் சுறுசுறுப்பாக இயங்கி வருபவர்.

திரைப்படத் துறையிலும் தொடர்பு உடையவர். சில படங்களில் நடித்துள்ளார். ஓய்வு பெற்ற அரசு அலுவலர். பன்முகத் தன்மை கொண்டவர்.

ஒவ்வொரு நிகழ்வும் வரலாறு ஆகிறது. அவரை நான் ஒருமுறைதான் நேரில் சந்தித்துள்ளேன். அதன் வரலாறு இதோ :

மேட்டுப்பாளையத்தில் சமீபத்தில் நடந்த புத்தகக் கண்காட்சியில் மரியாதைக்குரிய முன்னள் தமிழ்நாடு அரசு தலைமைச் செயலர் திரு. இறையன்பு ஐஏஎஸ் அவர்கள் உரையாற்றும்போது, இந்தக் கூட்டத்தில் உங்கள் பகுதியைச் சேர்ந்த லதானந்த் என்பவரும் உள்ளார் என்று சொன்னார்.

கூட்டம் முடிந்து நான் வீடு திரும்ப ஆயத்தமான சமயத்தில், ஒருவர் என்னிடம் வந்து, 'என்னைப் பேருந்து நிலையத்தில் விட முடியுமா?' என்று கேட்டார். அதுமட்டுமில்லாமல் என்னைப் பேராசிரியர் என்றும் அழைத்தார். 'நான் பேராசிரியர் என்பது முன் பின் தெரியாத உங்களுக்கு எப்படித் தெரியும்?' என்று ஆச்சரியத்துடன் கேட்டேன். 'உங்கள் நடை உடை பாவனையிலேயே அது தெரிகிறது' என்றார்.

அப்போதே எனக்கு புரிந்தது... லதானந்த் சிறந்த எழுத்தாளராக இருப்பதில் ஆச்சரியம் இல்லை என்று. ஏனெனில் அவர் பார்க்கும் மனிதர்களை, நிகழ்வுகளைக் கூர்ந்து கவனித்துச் சரியாகப் புரிந்து கொள்ளும் திறன் பெற்றுள்ளதால், காணும் காட்சிகளை நிரந்தரமாகப் பதிவு செய்ய விளைகிறார். இந்தப் புத்தகம் அதற்கு ஒரு சிறந்த எடுத்துக்காட்டு.

படித்து மகிழுங்கள். இதன் மூலம் உங்கள் பகுதியில் உள்ள சிலைகளைப் பற்றியும் அறிந்து கொள்ள வேண்டும் என்ற ஆர்வமும், முனைப்பும் உங்களுக்குக் கட்டாயம் ஏற்படும். சமூக, கலாச்சார, அரசியல், பொருளியல் சார்ந்த விழிப்புணர்வும் ஏற்பட்டு உங்களை முழு மனிதராக மாற்ற இந்த நூல் உதவும்.

லதானந்த் மேலும் பல நூல்களை எழுதித் தமது சமுதாய, இலக்கியக் கடமையைச் செவ்வனே ஆற்ற சக எழுத்தாளர் என்ற முறையில் மனமார்ந்த வாழ்த்துக்கள்.

– என்றும் அன்புடன்

முனைவர் இரா. அருணாசலம்

என்னுரை

உலகம் முழுவதும் ஏராளமான சிலைகள் நிறுவப்பட்டிருக்கின்றன. ஒவ்வொரு சிலை அமைக்கப்பட்டதற்குப் பின்னாலும் வலுவான காரணங்கள் நிச்சயம் உண்டு. பார்வையாளர்களுக்கு அவை தனிப்பட்ட முறையில் எதையோ நினைவுபடுத்திக்கொண்டே இருப்பது உண்மை.

புராணகாலத் தொன்மையான செய்திகள், வரலாற்றின் மறக்கமுடியாத நிகழ்ச்சிகள், அரும் பெரும் ஆளுமைகளின் போற்றத் தகுந்த பண்பு நலன்கள், தியாகங்கள், கலைநயத்தின் உச்சகட்ட வெளிப்பாடுகள், சிற்பக் கலையின் பல்வேறு பரிமாணங்கள் என ஒவ்வொரு சிலையும் சொல்லும் சேதிகள் ஏராளம்!

அவற்றில் குறிப்பிட்ட சில சிலைகளைப் பற்றியதுதான் இந்த நூல்.

சிலைகளின் வெளித் தோற்றம், அவை பற்றிய துல்லியமான விவரணைகள், பிரம்மாண்டங்கள், தனித் தன்மைகள், செதுக்கிய சிற்பிகளின் பின்னணிகள், சிலைகளை உருவாக்க எடுத்துக்கொண்ட காலம் மற்றும் செலவு போன்ற விவரங்களோடு, பார்வையாளர்களுக்குச் சிலைகள் சொல்லாமல் சொல்லும் சரித்திரச் சான்றுகளையும் இந்த நூல் பேசும்.

புகழ் பெற்ற சிலைகள் பற்றிய கட்டுரைகளைத் தொடராக வெளியிட்ட ஈரோடு, சேலம், வேலூர் மற்றும் திருச்சி பதிப்புகளாக வெளியான தினமலர் – சிறுவர் மலர் பொறுப்பாளர்களுக்கும், சிறந்த முறையில் கட்டுரைகளைத் தொகுத்து, நூலாக வெளியிட்டிருக்கும் சத்யா என்டர்பிரைசஸ் நிறுவனத்தின ருக்கும் எனது நன்றி.

– என்றும் அன்புடன்

லதானந்த்

கோயமுத்தூர்

30.01.2025

உள்ளே...

1. திருவள்ளுவர் சிலை — 9
2. சர்தார் வல்லபாய் படேல் சிலை — 13
3. தியாகி குமரன் சிலை — 19
4. உழைப்பாளர் சிலை — 23
5. கொம்மடேஷ்வர் சிலை — 25
6. தியான புத்தர் சிலை — 29
7. ஆப்ரஹாம் லிங்கன் சிலை — 33
8. புத்தரின் கை சிலை — 37
9. நீதி தேவதையின் புது வடிவம் — 41
10. சுதந்திரதேவி சிலை — 45
11. ஸ்ஃபிங்ஸ் சிலை — 47
12. டெர்ரஸ் ஆஃப் தி லயன்ஸ் சிலைகள் — 51
13. சிந்தனையாளர் சிலை — 55
14. ஜீயஸ் சிலை — 59
15. ஈராஸ் சிலை — 61
16. டிஸ்கோபோலஸ் சிலை — 65
17. 'தாய்நாடு அழைக்கிறது' சிலை — 69
18. மோவாய் சிலைகள் — 73
19. மஹா பீட்டர் சிலை — 77
20. நான்கு நதிகள் நீரூற்று சிலை — 81
21. ஜோன் ஆஃப் ஆர்க் சிலை — 83
22. சிங்கப்பூர் சிங்கம் சிலை — 87
23. பவேரியா சிலை — 91
24. வீனஸ் சிலை — 93
25. காலணிகள் சிலை — 97

1
திருவள்ளுவர் சிலை

உலகப் பொதுமறை என அழைக்கப்படும் திருக்குறளை எழுதிய திருவள்ளுவரின் பிரமாண்டமான சிலை கன்யாகுமரியில் அமைக்கப்பட்டிருக்கிறது. குறள் நூலில் உள்ள 133 அதிகாரங் களைக் குறிக்கும் வகையில் பீடத்துடன் சேர்த்து 133 அடி உயரம் (40.6 மீட்டர்கள்) கொண்டதாக இந்தச் சிலை உருவாக்கப்பட்டி ருக்கிறது. இந்தியாவில் இருக்கும் உயரமான 25 சிலைகளில் இதுவும் ஒன்று.

வள்ளுவரின் உயரம் மட்டும் 95 அடிகள். பீடத்தின் உயரம் 38 அடிகள். இந்த 38 அடிகள், திருக்குறளின் முதல் அங்கமான அறத்துப் பாலில் உள்ள 38 அதிகாரங்களைக் குறிக்கின்றன. வள்ளுவரின் உடற் பகுதி, திருக்குறளின் பொருட்பால் மற்றும் இன்பத்துப் பாலைக் குறிக்கும் வண்ணம் 95 அடிகள் கொண்டதாக அமைக்கப்பட்டிருக் கிறது.

பொருளும், இன்பமும் அறத்தை அடிப்படையாகக் கொண்டிருக்க வேண்டும் என்பதை வள்ளுவரின் சிலை உயரம் குறிப்பால் உணர்த்துகிறது.

வங்காள விரிகுடா, அரபிக் கடல் மற்றும் இந்தியப் பெருங் கடல் ஆகிய மூன்றும் சங்கமிக்கும் கன்யாகுமரியில் இருக்கும் சிறு தீவு போன்ற பகுதியில் வள்ளுவரின் சிலை நிர்மாணிக்கப் பட்டிருக்கிறது. கன்யாகுமரிக் கடற்கரையிலிருந்து 400 மீட்டர் தொலைவில் இது உள்ளது. அங்கு செல்லப் படகு வசதி உண்டு. ஆண்டுதோறும் லட்சக்கணக்கான சுற்றுலாப் பயணிகள் இந்தச் சிலையைப் பார்த்துச் செல்கின்றனர்.

இந்தச் சிலை, விவேகானந்தர் பாறை நினைவகத்திற்கு அருகில் அமைந்திருப்பதால் கலாச்சார இணைப்பாகப் பார்க்கப்படுகிறது.

சிலையின் வலது கையில் உள்ள மூன்று விரல்கள் வானை நோக்கி அமைக்கப்பட்டிருக்கின்றன. இவை அறம், பொருள், இன்பம் ஆகிய குறளின் முப்பால்களையும் உணர்த்துவதாக உள்ளன.

சிலையின் தலை கடல் மட்டத்திலிருந்து 61 மீட்டர் (200 அடி) உயரத்தில் உள்ளது.

இடுப்பருகில் சற்றே வளைந்தது போல அமைக்கப்பட்டிருப்பது நடராஜப் பெருமானின் நடனக் கோலத்தை நினைவுபடுத்துகிறது. சிலையின் எடை 7,000 டன்கள் ஆகும்.

திருவள்ளுவரின் சிலையைச் செதுக்கியவர் மஹாபலிபுரத்தில் உள்ள சிற்பக் கல்லூரியின் முன்னாள் முதல்வரான கணபதி ஸ்தபதி என்பவராவார்.

உலோகத்தைக் காட்டிலும் கல்லால் சிலை அமைப்பதே நீண்ட காலம் நீடித்திருக்கும் என்ற அவரது கருத்து ஏற்றுக் கொள்ளப்பட்டது.

சிலைக்கான பூர்வாங்க ஒப்புதல் அளிக்கப்பட்டபோது சிலைக்கான செலவு 10 லட்சம் என மதிப்பீடு செய்யப்பட்டிருந்தது. ஆனால் இறுதியில் சிலை முடிவடைந்தபோது ரூ.6,14,00,000 செலவாகி யிருந்தது. சுமார் 150 பணியாளர்கள், சிற்பிகள், உதவியாளர்கள் மற்றும் மேற்பார்வையாளர்கள் நாளொன்றுக்கு 16 மணி நேரம் உழைத்து இந்தச் சிலையை உருவாக்கியிருக்கிறார்கள்.

15.04.1979 அன்று, அப்போதைய பிரதமர் மொரார்ஜி தேசாய் இந்தச் சிலைக்கான அடிக்கல்லை நாட்டினார்.

கணபதி ஸ்தபதி 06. 09.1990ல் பணிகளைத் தொடங்கினார்.

19.10.1999 அன்று சிலையை பீடத்தின் மீது நிலைநிறுத்தினார்கள்.

01.01.2000 அன்று அப்போதைய தமிழக முதல்வர் மு.கருணாநிதி யால் சிலை திறக்கப்பட்டது.

இந்தச் சிலை, கல் மற்றும் கான்கிரீட் கலவையுடன் தாமிர மேல் பூச்சுடன் செய்யப்பட்டிருக்கிறது.

சாரங்கள் அமைக்கப் பனைமரத் தண்டுகளையும், சவுக்கு மரக் கழிகளையும் பயன்படுத்தி இருக்கிறார்கள். 18,000 சவுக்குக் கழிவு களை இரண்டு ட்ரக்குகள் நிறைய உள்ள கயிறுகளால் கட்டி, சிலையின் உச்சிவரை சாரம் அமைத்திருக்கிறார்கள்.

இந்தியப் பாரம்பரிய சிறபக் கலையைப் பின்பற்றி அமைக்கப் பட்டிருக்கும் இந்தச் சிலையின் கால் விரல் முதல் உச்சி வரை உள்ளீடற்றதாக இருக்கிறது.

இந்திய அரசியல் தலைவர்கள் மட்டுமின்றி, சிங்கப்பூர், மலேசியா மற்றும் ஸ்ரீலங்காவில் இருந்தெல்லாம் தலைவர்கள் சிலை திறப்பு விழாவில் கலந்து கொண்டார்கள். தமிழாசிரியர்கள் பலர் கொட்டாரம் முதல் கன்யாகுமரி வரை திருக்குறள் கருத்துக்களைத் தாங்கிய பதாகைகளை ஏந்தி ஊர்வலமாக வந்தனர். சிலை திறப்பு விழாவின் போது 50,000க்கும் அதிகமான பொதுமக்கள் விழாவைக் காணத் திரண்டனர்.

இந்தச் சிலை 26.12.2004 அன்று ஏற்பட்ட சுனாமியின் போதும் பாதிக்கப்படாமல் இருந்தது!

ரிக்டர் அளவுகோலில் 6 என்ற அளவுக்கு, 100 கி.மீ சுற்று வட்டரத்தில் நில அதிர்வுகள் ஏற்பட்டாலும் பாதிப்பு அடையாத படி வடிவமைக்கப்பட்டிருப்பது இந்தச் சிலையின் இன்னொரு சிறப்பு ஆகும்.

கடல் காற்றினால் அரிக்கப்பட்டமல் இருக்க நான்கு ஆண்டு களுக்கு ஒரு முறை வேதிப்பொருட்களால் பாதுகாப்பு மேல்பூச்சு பூசப்படுகிறது.

சிலையின் ஒவ்வோர் இணைப்பிலும் சேர்ந்திருக்கும் உப்புப் படிமங்கள் நீக்கப்பட்டு, புதியதாக சிமென்ட் கலவை பூசப்படுகிறது. அதன் மீது காகிதக்கூழ் பூச்சு ஒன்றும் பூசப்படும். அது உலர்கையில் உப்புப் படிமங்களை முற்றாக உறிஞ்சி எடுத்துவிடும். அதன் பின் அது நீக்கப்படும்.

சிலையைத் திறந்து வைத்த அப்போதைய தமிழக முதலமைச்சர், 'இந்தச் சிலை இனி வரும் காலத்துக்கும் மனித வாழ்வுக்கு வழி காட்டும் ஒளி விளக்கு' என்றார்.

தமிழர்களின் பண்பாடு மற்றும் கலாசாரத்தின் ஓர் அடையாள மாகவே கன்யாகுமரியில் உள்ள திருவள்ளுவர் சிலை விளங்குகிறது.

∎

2
சர்தார் வல்லபாய் படேல் சிலை

உலகிலேயே மிக அதிக உயரமான சிலை, இந்தியாவின் குஜராத் மாநிலத்தில் உள்ள கெவாடியா காலனி பகுதியில், சர்தார் சரோவர் அணைக்கட்டை நோக்கி உருவாக்கப்பட்டு இருக்கும் சர்தார் வல்லபாய் படேலின் சிலை ஆகும். இதை ஒற்றுமையின் சிலை என்பார்கள். வதோதரா நகரத்துக்கு 100 கி.மீ. தென்கிழக்கில் இது அமைந்திருக்கிறது. இந்தச் சிலையின் உயரம் 182 மீட்டர்கள் (சுமாராக 600 அடிகள்).

நர்மதா அணையிலிருந்து 3.2 கிமீ தொலைவில் உள்ள சாது பெட் என்ற நதித் தீவில் கட்டப்பட்டுள்ளது. அஹமதாபாத் சர்வதேச விமான நிலையத்தில் இருக்கும் சிலையின் பெரிய வடிவமே இந்தச் சிலை ஆகும்.

அஸ்திவாரத்தை நீக்கிவிட்டுப் பார்த்தால் அமெரிக்காவின் நியூயார்க் நகரில் இருக்கும் சுதந்திர தேவி சிலையைக் காட்டிலும் படேலின் சிலை சுமார் நான்கு மடங்கு கூடுதல் உயரம் உடையது.

தாம் குஜராத்தின் முதலமைச்சராகப் பணியேற்றுப் பத்தாண்டுகளைக் குறிக்கும் வகையில் படேலின் 138ஆவது பிறந்த தினமான 2013ஆம்

ஆண்டு, அக்டோபர் மாதம் 31ஆம் தேதி சிலைக் கட்டுமானத் திட்டத்தை நரேந்திர மோடி அறிவித்தார்.

வல்லபாய் படேல் (1875-1950) சுதந்திர இந்தியாவின் சிற்பி எனப் போற்றப்படுபவர். பல ஆண்டுகள் சிறைச்சாலையில் கழித்தவர். இவர் சுதந்திர இந்தியாவின் முதல் துணைப் பிரதமராகவும், உள்துறை அமைச்சராகவும் பணியாற்றியவர். மகாத்மா காந்தியின் தீவிரமான ஆதரவாளர். பர்டோலி சத்யாகிரகத்தில் படேலின் நிர்வாகத் திறமையைப் பார்த்த காந்தி, சர்தார் என்ற பட்டத்தை வல்லபாய் படேலுக்கு அளித்தார்.

இந்தியாவில் இருந்த 562 சமஸ்தானங்களை ஒருங்கிணைத்து உறுதியான இந்தியாவாக மாற்றிய பெருமை இவருக்கு உண்டு. அதனால் இவரை, 'இந்தியாவின் இரும்பு மனிதர்' என்று அழைப்பார்கள்.

லார்சன் & டூப்ரோ என்ற இந்தியக் கட்டுமான நிறுவனம் 2013ஆம் ஆண்டு, அக்டோபர் மாதம் பணிகளைத் தொடங்கியது. 3,000 தொழிலாளர்களும், 250 பொறியாளர்களும் பணியாற்றினர். கட்டுமானத்துக்கு ஆன மொத்தச் செலவு 3,000 கோடி.

சிலையின் வடிவமைப்பைச் செய்தவர் சிற்பி ராம் வி.சுதார் என்பவராவார். இந்தச் சிலையை வடிவமைப்பதற்கு முன்னர் நாடெங்கிலும் உள்ள படேலின் சிலைகளை வரலாற்றாசிரியர்கள், கலைஞர்கள் மற்றும் கல்வியாளர்கள் அடங்கிய குழு ஒன்று ஆய்வு செய்தது. சிற்பி ராம் வி.சுதார் சமர்ப்பித்த வடிவமைப்பை அந்தக் குழு தேர்வு செய்தது.

சர்தார் வல்லபாய் படேல் ராஷ்ட்ரிய ஏக்தா ட்ரஸ்ட் (Sardar Vallabhbhai Patel Rashtriya Ekta Trust) என்ற அமைப்பின் மூலம், மத்திய மற்றும் குஜராத் மாநில அரசுகளால் நிதி திரட்டப்பட்டிருக்கிறது. இந்த அமைப்பின் தலைவராக குஜராத் முதல்வர் இருக்கிறார்.

சிலைக்குத் தேவையான இரும்பைச் சேகரிப்பதற்காக, விவசாயிகள் தாங்கள் பயன்படுத்திய விவசாயக் கருவிகளை நன்கொடையாக வழங்கினர். 2016ஆம் ஆண்டு வாக்கில், மொத்தம் 135 மெட்ரிக் டன்

இரும்பு சேகரிக்கப்பட்டது. 70,000 டன்களுக்கு மேலாக இரும்பு, கான்கிரீட் மற்றும் வெண்கலம் ஆகியன கொண்டு சிலை உருவாக்கப்பட்டிருக்கிறது.

சிலை உருவாக்கத் திட்டத்துக்கு ஆதரவாக, ரன் ஃபார் யூனிட்டி என்ற மாரத்தான் ஓட்டப் பந்தயங்கள் சூரத் மற்றும் வதேரா நகரங்களில் 2013ஆம் ஆண்டு டிசம்பர் மாதம் 15ஆம் தேதி நடை பெற்றன.

திட்டமிடலுக்கு 15 மாதங்கள், கட்டுமானத்திற்கு 40 மாதங்கள் மற்றும் கூட்டமைப்பால் ஒப்படைக்க 2 மாதங்கள் என ஆக மொத்தம் 57 மாதங்களில் சிலை கட்டி முடிக்கப்பட்டது.

2018ஆம் ஆண்டு, அக்டோபர் மாதம் 31 ஆம் தேதி அன்று இந்தியப் பிரதமர் நரேந்திர மோடியால் திறந்து வைக்கப்பட்டது. அது படேலின் 143ஆவது பிறந்த நாள் என்பது குறிப்பிடத்தக்கது.

மணிக்கு 180 கிலோமீட்டர் (110 மைல்) வேகத்தில் வீசும் காற்று மற்றும் சிலையைச் சுற்றி 12 கி.மீ. ஆரம் உள்ள பரப்பளவில் 10 கி.மீ ஆழத்திலும், ரிக்டர் அளவுகோலில் 6.5 அளவிலும் நிலநடுக்கம் ஆகியன ஏற்பட்டாலும், சேதமடையாத அளவுக்கு இதன் கட்டுமானம் இருக்கிறது.

சிலையின் மொத்த உயரம் 240 மீட்டர்கள். இதில் சிலையின் அடிப்பகுதி 58 மீட்டர்கள்; சிலையின் உயரம் 182 மீட்டர்கள். 182 என்ற எண்ணிக்கை குஜராத் சட்டப் பேரவை உறுப்பினர்களின் எண்ணிக்கையாகும்!

சிலை அமைந்துள்ள வளாகத்தில் உள்ள அருங்காட்சியகத்தில் படேலின் வாழ்க்கை மற்றும் சாதனைகள் விளக்கப்பட்டுள்ளன. அருகிலுள்ள ஆடியோ-விஷுவல் கேலரி, படேலைப் பற்றிய 15 நிமிட விளக்கக் காட்சியை வழங்குகிறது.

இந்தச் சிலை அமைந்திருக்கும் வளாகத்தில் நட்சத்திர விடுதிகள், வணிக வளாகங்கள் மற்றும் ஆராய்ச்சி மையம் ஆகிய வற்றை அரசு கட்டியுள்ளது. அதி வேக மின் தூக்கி (லிஃப்ட்)கள் சிலையின்

மார்பளவு உயரமான 400 அடி வரை பார்வையாளர் களைச் சுமந்து செல்லும்.

2018ஆம் ஆண்டு, நவம்பர் மாதம் 1ஆம் தேதி பொது மக்கள் சிலையைப் பார்வையிட அனுமதிக்கப்பட்டனர். முதல் பதினொரு நாட்களில் 1,28,000 சுற்றுலாப் பயணிகள் சிலையைப் பார்வை யிட்டனர். முதல் ஆண்டில் 29,00,000 பார்வையாளர்களை ஈர்த்தது. பார்வைக்கான கட்டண வருவாயாக 82 கோடி ரூபாய் வசூலானது.

சிலை திறக்கப்பட்ட ஐந்து ஆண்டுகளில், ஒன்றரைக் கோடிக்கும் அதிகமானோர் பார்வையிட்டிருக்கின்றனர். தற்போதைய சராசரி தினசரி வருமானம் 20.81 லட்சம்; பார்வையாளர்களின் எண்ணிக்கை 8,700.

வாரந்தோறும் திங்கட் கிழமைகளில் இந்த வளாகம் மூடப்படுகிறது. அடிப்படைப் பார்வைக் கட்டணம் 150 ரூபாயில் இருந்து துவங்கு கிறது.

Shanghai Cooperation Organization (SCO) என்ற அமைப்பு - எஸ்சிஓவின் 8 அதிசயங்கள் பட்டியலில் இந்தச் சிலையைச் சேர்த்திருக்கிறது.

சுதந்திர போராட்ட தியாகி
திறப்பு விழா

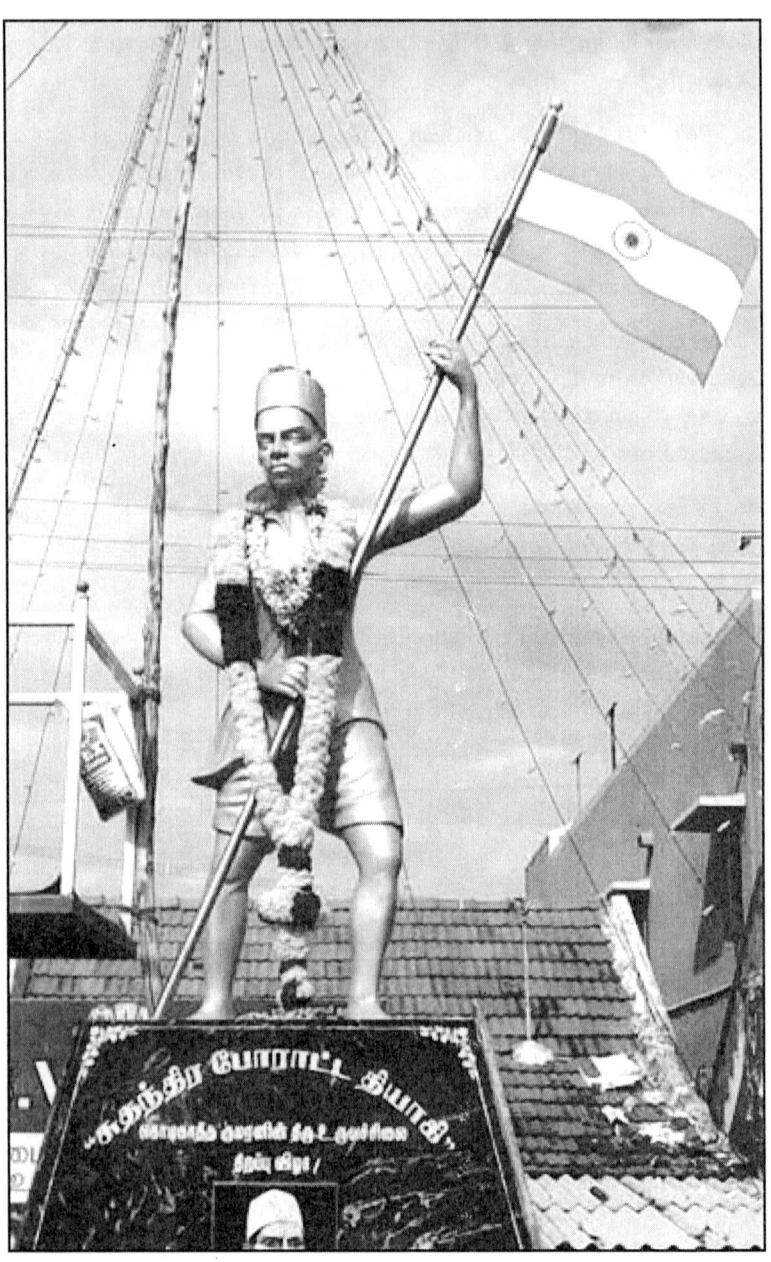

3
தியாகி குமரன் சிலை

ஒவ்வொரு நாட்டுக் குடிமகனுக்கும் அவனது தேசத்தின் கொடி என்பது உயிருக்கும் மேலானது. ஆங்கிலேயரின் ஆட்சிக் காலத்தில், போலீஸாரின் கொடுமையான தாக்குதலுக்கு உள்ளான போதும் தனது கையில் இருந்த கொடியைக் கீழே விடாமல் பிடித்திருந்து, தமது இன்னுயிரையும் நாட்டுக்காக அர்ப்பணித்து, இத்திய விடுதலைப் போராட்டத்தில் நீங்காத இடம் பிடித்து விட்டவர்தான் தியாகி திருப்பூர்க் குமரன்.

தேச பந்து இளைஞர் சங்கம் என்ற அமைப்பில் தீவிரமாக இயங்கியவர் குமரன். மகாத்மா காந்தியின் தலைமையை ஏற்றுப் பல போராட்டங்களிலும் ஈடுபட்டார்.

1932ஆம் ஆண்டு ஜனவரி மாதம் பதினொன்றாம் தேதி, திருப்பூரின் நொய்யலாற்றங்கரையின் ஓரத்தில், வெள்ளையர் ஆட்சிக்கெதிரான போராட்டம் ஒன்றில் தீவிரமாக ஈடுபட்டபோது போலீசாரால் கடுமையாகத் தாக்கப்பட்டார். அதன் காரணமாக 1932ஆம் ஆண்டு, ஜனவரி மாதம் பதினொன்றாம் தேதி, திருப்பூரில் குமரன் உயிர் பிரிந்தது.

இறக்கும் சமயத்திலும் பிரிட்டிஷ் அரசாங்காத்தால் தடை செய்யப்பட்டிருந்த இந்திய தேசியக் கோடி அவரது கையில் இருந்தது. தாக்குதலின்போதும் அந்தக் கொடியை அவர் கீழே விடவில்லை. அதனால்தான் அவரைக் 'கொடி காத்த குமரன்' என்கிறார்கள்.

இவரது தியாகத்தைப் போற்றும் விதமாக ஈரோடு மாவட்டத்தில் அவர் பிறந்த சென்னிமலையில் அவருக்குச் சிலை ஒன்று வைக்கப் பட்டிருக்கிறது.

தியாகி குமரன் வாழ்ந்ததென்னவோ வெறும் 27 ஆண்டுகளும் சில மாதங்களும் மட்டுமே!

1904 ஆம் ஆண்டு, அக்டோபர் மாதம் நான்காம் தேதி நாச்சிமுத்து முதலியார்-கருப்பாயி அம்மாள் தம்பதிக்கு மகனாகச் சென்னி மலையில் இருக்கும் செ.மேலப்பாளையம் கிராமத்தில் பிறந்தவர் இவர். அந்தத் தம்பதியின் 7 குழந்தைகளில் இவர் நான்காமவர். இவரது இயற்பெயர் குமாரசாமி. இவரது குடும்பத் தொழில் நெய்வது. குடும்பத்தின் வறுமை காரணமாக ஐந்தாம் வகுப்புவரை மட்டுமே படித்தார். பத்தாவது வயதிலேயே நெசவுத் தொழிலைச் செய்ய ஆரம்பித்தார். பின்னர் திருப்பூருக்கு வந்து பஞ்சாலை ஒன்றில் பணிபுரிந்தார். அதனால்தான் அவர் பின்னாளில் 'திருப்பூர்க் குமரன்' என அழைக்கப்பட்டார்.

1985ஆம் ஆண்டு, அக்டோபர் மாதம் ஆறாம் தேதி, சென்னி மலையில் இருக்கும் குமரன் சதுக்கத்தில் இவருக்குச் சிலை வைக்கப் பட்டிருக்கிறது. இவரது சிலையை இந்தியாவின் அப்போதைய துணைக் குடியரசுத் தலைவர் ஆர்.வெங்கடராமன் திறந்து வைத்தார். இந்த விழாவில் கலந்து கொள்வதற்காக டெல்லியில் இருந்து தனி விமானம் மூலம் கோவை வந்தவர், அங்கிருந்து ஹெலிகாப்டர் மூலம் சென்னிமலை வந்தார்.

விழாவில் குமரனின் மனைவி ராமாயம்மாள் கௌரவிக்கப் பட்டார். அப்போதைய சட்டமன்றத்தின் மேலவைத் தலைவராக இருந்த ம.பொ.சிவஞானம் உணர்ச்சிகரமான உரையாற்றினார்.

அப்போதைய தமிழக அமைச்சரவையில் முக்கியப் பொறுப்பு களை வகித்த ஆர்.எம்.வீரப்பன், சு.முத்துசாமி போன்ற அமைச்சர் களும், சட்டமன்ற உறுப்பினர்கள் மற்றும் பல அரசு உயரதிகாரி களும் சிலை திறப்பு விழாவில் கலந்து கொண்டு சிறப்பித்தனர். ஏராளமான பொது மக்களும் வந்திருந்தனர்.

இந்த சிலை அமைப்புக் குழுவின் தலைவராக இருந்தவர் சென்டெக்ஸ் நிறுவனத்தின் தலைவரான எம்.பி.நாச்சிமுத்து. இவர்தான் சிலை திறப்பு விழாவில் வரவேற்புரையாற்றினார். பள்ளிபாளையம் கே.லட்சுமணன் என்ற பிரமுகரும் சிலை அமைப்பதில் முக்கியப் பங்கு கொண்டிருந்தார்.

விழா நிகழ்ச்சிகளை கோவை வானொலி நிலையம் ஒலிபரப்பியது. செய்தித்தாள்களில் இந்த விழா முக்கியத்துவம் கொடுத்துப் பிரசுரிக்கப்பட்டது.

இன்றளவும் பல முக்கிய விழாக்களில் பிரமுகர்களும், பொது மக்களும், அரசியல் கட்சித் தலைவர்களும் சென்னிமலையில் இருக்கும் தியாகி குமரனின் சிலைக்கு மரியாதை செய்து வருகிறார்கள்.

பல நிறுவனங்களுக்கும் இவரது பெயரைச் சூட்டியிருக்கிறார்கள். கோயம்புத்தூரில் இருக்கும் முக்கியமான மார்க்கெட் ஒன்றுக்குத் தியாகி குமரன் மார்க்கெட் என்று பெயரிட்டிருக்கிறார்கள்.

2004ஆம் ஆண்டு, இவரது நூறாவது பிறந்தநாளை ஒட்டி, இந்திய அரசு இவரது உருவம் தாங்கிய தபால்தலை ஒன்றை வெளியிட்டிருக் கிறது.

■

4
உழைப்பாளர் சிலை

சென்னை மெரினாக் கடற்கரையில் அமைந்திருக்கிறது உழைப்பாளர் சிலை. இதற்கு 'உழைப்பின் வெற்றிச் சிலை' என்ற இன்னொரு பெயரும் உண்டு. சென்னைப் பல்கலைக்கழகத்துக்கு எதிரில் அண்ணா சதுக்கத்துக்கு அருகில் இது உள்ளது.

பெரும் பாறை ஒன்றை நெம்பித் தள்ள நான்கு தொழிலாளர்கள் முயலும் காட்சியினை இந்தச் சிலை சித்தரிக்கிறது. முதலில் மூன்று தொழிலாளர்கள் மட்டுமே பாறையைத் தள்ளுவதைப் போல உருவாக்கத் திட்டமிடப்பட்டது. ஆனால் இறுதியில் சிலையில் நால்வர் இடம் பெற்றனர். வெண்கலத்தால் இந்தச் சிலை செய்யப் பட்டிருக்கிறது. சிலையின் பீடம் கிரானைட் கல்லால் ஆனது.

குறிப்பிட்ட ஒரு சிலரை மாதிரிகளாக வைத்து உருவாக்காமல் பலரையும் மாதிரிகளாக வைத்து இந்தச் சிலை உருவாக்கப் பட்டிருக்கிறது.

பாட்டாளி வர்க்கத்தினரின் கடினமான உழைப்பைப் போற்றும் விதமாக இது செய்யப்பட்டிருக்கிறது.

இந்தச் சிலையைச் செய்தவர் சிற்பி தேவி பிரசாத் ராய் சௌத்ரி என்பவர் ஆவார். இவர்தான் அப்போதைய, 'கவர்மெண்ட் ஆஃப் மெட்ராஸ் ஸ்கூல் ஆஃப் ஆர்ட்ஸ் அண்ட் கிராஃப்ட்ஸ்' என்ற நிறுவனத்தின் முதல் இந்திய முதல்வர் ஆவார். (தற்போது இந்த நிறுவனம், தமிழ்நாடு அரசு நுண்கலைக் கல்லூரி என அழைக்கப்படு கிறது.)

1923ஆம் ஆண்டு, மே மாதத்தின் ஒரு நாள் மாலையில் தொழிற் சங்கத் தலைவரான ம.சிங்காரவேலு என்பவர், சென்னை திருவல்லிக்கேணி அருகில் உள்ள மெரினா கடற்கரையில் பொதுக் கூட்டம் ஒன்றை ஏற்பாடு செய்தார். அதில் தொழிலாளர்களின் உரிமைகளை அங்கீகரிக்கவும், தொழிலாளர்களின் உரிமைகளுக் காகப் போராடும் அமைப்பு ஒன்றை ஏற்படுத்தவும் வேண்டும் என்பதை அவர் வலியுறுத்தினார். அன்றைய தினம் அங்கே நடந்தது தான் இந்தியாவின் முதல் மே தினப் பேரணி ஆகும்! இதை நினைவு கூறும் வகையில் சென்னை மெரினா கடற்கரையில் அமைக்கப்பட்டி ருப்பதுதான் உழைப்பாளர் சிலை.

1959ஆம் ஆண்டு, ஜனவரி 25ஆம் நாள் மாலை சிலை திறக்கப் பட்டது. இந்தியாவின் முதல் மே தினப் பேரணியின் 36ஆவது ஆண்டை அனுசரிக்கும் வகையில், நாட்டின் முதல் மே தினக் கொண்டாட்டங்கள் நடைபெற்ற இடத்திற்கு அருகில் நிறுவப்பட்டது.

சிலையை அப்போதைய தமிழக முதல்வர் காமராஜ் அவர்களின் முன்னிலையில் அப்போதைய ஆளுநராக இருந்த விஷ்ணுராம் மேதி திறந்து வைத்தார். சிலை திறப்பு விழாவில் முக்கியமான அரசியல் பிரமுகர்களும், தொழிற்சங்கத் தலைவர்களும், ஏராளமான பொது மக்களும் கலந்து கொண்டனர்.

மெரினா கடற்கரையில் அமைக்கப்பட்டிருக்கும் ஆரம்ப காலச் சிலைகளில் இதுவும் ஒன்று. சென்னையின் முக்கிய அடையாளங் களுள் ஒன்றாகவே இது விளங்குகிறது.

■

5
கொம்மடேஷ்வர் சிலை

கொம்மடேஷ்வர் அல்லது பாகுபலி என்பவர், ஜைன மதத்தைச் சேர்ந்த முதலாம் தீர்த்தங்கரரான ரிஷபதேவர் என்பவரது இரண்டாவது மகன் ஆவார். இயற்கையோடு இயைந்த வாழ்க்கையை வாழுமாறும், எந்த உயிருக்கும் தீங்கு செய்யக் கூடாது என்றும் மக்களுக்கு கொம்மடேஷ்வர் போதனை செய்தார்; அவையே நிரந்தர மகிழ்ச்சியை அளிக்கும் என்றார். அவரைப் போற்றும் வண்ணம் இந்தச் சிலை அமைக்கப்பட்டிருக்கிறது. ஜைனர்களின் புனிதத் தலமாகவே இச்சிலை அமைந்திருக்கும் இடம் கருதப்படு கிறது.

மேற்கு கங்கை வம்சத்து அமைச்சரும், படைத் தளபதியுமான சாமுண்டராயர் என்பவரால் ஒரே கிரானைட் கல்லில் செதுக்கப் பட்ட சிலைதான் இது. கர்நாடகா மாநிலத்தின் ஹாஸன் மாவட்டத்தில் இருக்கும் சரவணபெலகுலா என்ற இடத்தில் உள்ள விந்தியகிரி குன்றின் மேல் உள்ள இந்தச் சிலை கி.பி.பத்தாம் நூற்றாண்டில் உருவாக்கப்பட்டிருக்கிறது. இந்தியாவில் இருக்கும் உயரமான சிலைகளில் இதுவும் ஒன்று.

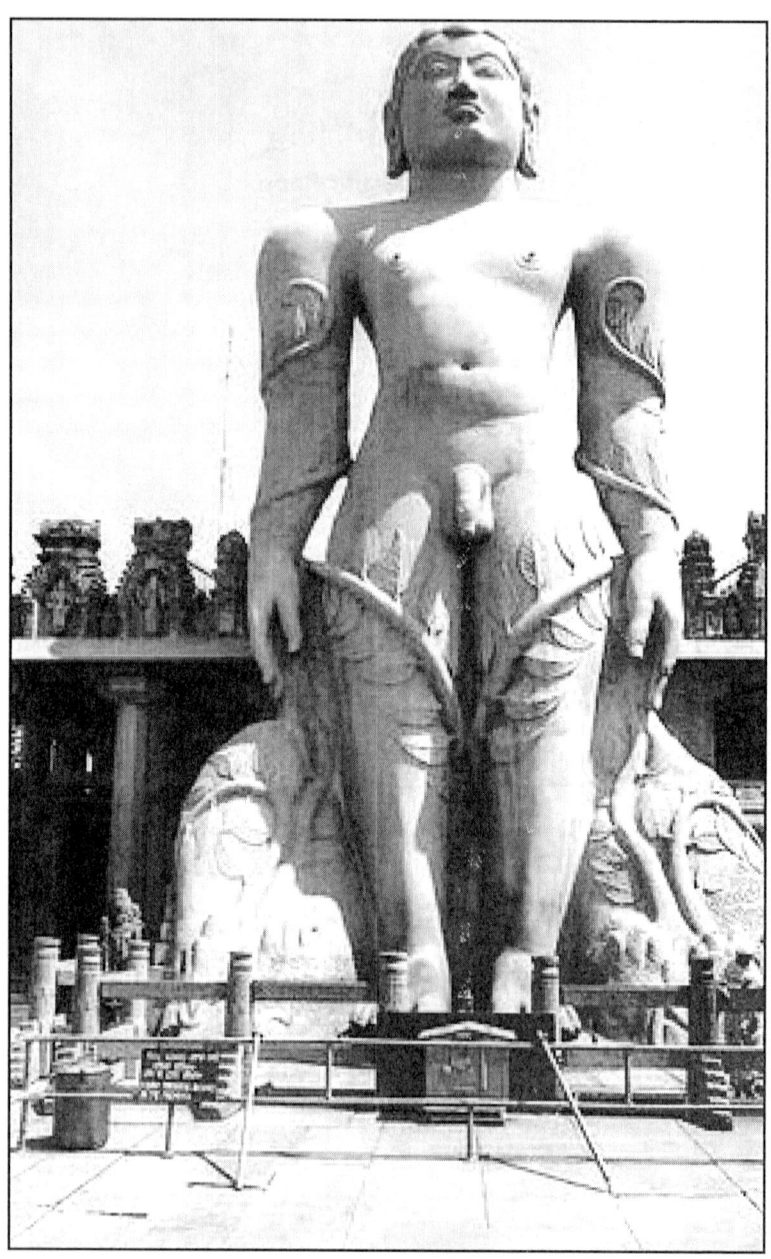

அமைதி, அஹிம்சை, உலக ஆசைகளைத் துறந்த தியாகம் மற்றும் எளிமையான வாழ்க்கை ஆகியனவற்றின் அடையாளமாக இந்தச் சிலை திகழ்கிறது. ஆண்டுதோறும் ஆயிரக்கணக்கான சுற்றுலாவாசிகள் இந்தச் சிலையைப் பார்வையிட்டுச் செல் கின்றனர்.

பன்னிரண்டு ஆண்டுகளுக்கு ஒருமுறை கொண்டாடப்படும் மஹாமஸ்டாபிஷேகம் என்னும் ஜைனத் திருவிழாவின்போது இந்தச் சிலைக்குப் பால், குங்குமப்பூ, நெய், தயிர், தேன், இளநீர், மஞ்சள், கரும்புச் சாறு, தங்க நகைகள் போன்றவற்றால் அபிஷேகம் செய்வார்கள். அடுத்த அபிஷேகம் 2030ல் நடைபெறும்.

இந்திய இலக்கியங்கள், வரலாறுகள் மற்றும் தத்துவங்களை ஆராய்ச்சி செய்த ஜெர்மானியரான ஹென்றிச் ஜிம்மர் என்பவர், சிலையின் பொலிவுக்குக் காரணம் இந்த வகையான அபிஷேகங்கள்தான் எனச் சொல்கிறார்.

நின்ற கோலத்தில் இருக்கும் இந்தச் சிலை ஆழ்ந்த தியானத்தைக் குறிக்கிறது. தலையில் சுருள் முடிகளுடன் நீண்ட காதுகளைக் கொண்டிருக்கிறது; கண்கள் பாதி மூடியபடி இருக்கின்றன; தனது மூக்கை நோக்கியபடி இருக்கும் சிலையின் பார்வை, உலகப் பற்று களைப் பார்க்க விரும்பாத தன்மையை உணர்த்துவதாக அமைந் திருக்கிறது.

முகத்தில் மிக மெல்லிய புன்னகை தவழுகிறது. அது மனதின் ஆழ்நிலை அமைதியையும், உயிர்த் துடிப்பையும் பிரதிபலிக்கிறது. தோள்கள் அகலமானவை; தொங்கவிடப்பட்ட நிலையில் கைகள் உள்ளன. இடைவிடாத தவக் கோலத்தைக் குறிக்கும் வகையில் எறும்புப் புற்று ஒன்று அவருக்குப் பின்னால் உருவாகி உள்ளது. அந்தப் புற்றிலிருந்து பாம்பு ஒன்றும் பற்றிப் படரும் கொடி ஒன்றும் வெளிவருகின்றன.

சிலையின் இரு கால்கள் மற்றும் கைகளைச் சுற்றி கொடி படர்கிறது. அதன் முடிவில் கைகளின் மேற்புறத்தில் பூங்கொத்துகளும், கனிகளும் தென்படுகின்றன. முழுச் சிலையும் திறந்த நிலையில்

இருக்கும் தாமரை மலர் ஒன்றின் மீது நிற்பதாக அமைக்கப் பட்டிருக்கிறது. சிலையின் இருபுறங்களிலும் சேவை செய்வதற்காக யக்ஷன் மற்றும் யக்ஷியின் உருவங்கள் உள்ளன.

எறும்புப் புற்றுக்குப் பின்புறம் சிலையின் புனித நீராடுதலுக்குத் தேவையான நீர் மற்றும் இதர பூஜைப் பொருட்களைச் சேகரிக்கத் தொட்டி ஒன்றும் இருக்கிறது.

இந்தியச் சிற்பக் கலையின் உச்சத்துக்கு கொம்மடேஷ்வர் சிலை ஒரு சான்றாகும்.

யுனெஸ்கோ நிறுவனத்தால் கொம்மடேஷ்வர் சிலை தனித்துவம் கொண்ட கலாச்சாரம் மிக்க பாரம்பரியச் சின்னமாக அறிவிக்கப் பட்டிருக்கிறது.

■

6
தியான புத்தர் சிலை

ஆந்திரப் பிரதேச மாநிலத்தில் இருக்கும் அமராவதி என்ற நகரத்தில் அமைக்கப்பட்டிருக்கும் தியான புத்தர் சிலை மிகப் பெரிய வடிவத்தைக் கொண்டிருக்கிறது. இந்த நகரின் பேருந்து நிலையத்தில் இருந்து 2 கி.மீ. தூரத்தில் தியான புத்தர் சிலை இருக்கிறது. இந்தியாவில் இருக்கும் மிக அதிக உயரமான புத்தர் சிலைகளில் இதும் ஒன்று. இதன் உயரம் 125 அடிகள்!

கிருஷ்ணா நதிக் கரையில் இயற்கை எழில் கொஞ்சும் 4.5 ஏக்கர் பரப்பளவு கொண்ட இடத்தில் அமைந்திருக்கிறது.

கற்களாலும், கான்கிரீட் கலவையாலும் உருவாக்கப்பட்டிருக்கிறது. இந்தியாவில் இருக்கும் 145 பாரம்பரியத் தலங்களில் அமைக்கப் பட்டிருக்கும் 50 விதமான புத்தர் சிலைகளில் இருக்கும் அம்சங் களைக் கொண்டு தியானம் செய்யும் நிலையில் புத்தரின் சிலை செய்யப்பட்டு உள்ளது.

இந்தச் சிலையை உருவாக்கியவர் ஆர். மல்லிகார்ஜுன ராவ். இவர் குண்டூரில் சமூக நலத் துறையின் இணை இயக்குநர் ஆவார்.

2003 ஆம் ஆண்டு தொடங்கப்பட்ட சிலையின் உருவாக்கப் பணிகள், 2015 ஆம் ஆண்டு நிறைவு பெற்றன. கிருஷ்ணா நதியை நோக்கி இந்தச் சிலை உள்ளது. இந்தச் சிலையின் பீடம் உள்ளீடற்றது.

தாமரைப் பூவின் மீது அமர்ந்த நிலையில் புத்தர் சிலை வடிவமைக்கப் பட்டிருக்கிறது. பிரமாண்டமான இந்தத் தாமரைப் பூவை எட்டுத் தூண்கள் தாங்கிக் கொண்டிருக்கின்றன. இந்த எட்டுத் தூண்களும் முக்தியை அடைவதற்கு புத்தர் போதித்த எண் வகை மார்க்கங்களின் குறியீடாக உள்ளன. (அந்த எட்டு வகை மார்க்கங்கள் 1. நல்ல நம்பிக்கை 2. நல்லெண்ணம் 3. நல்வாய்மை 4. நற்செய்கை 5. நல்வாழ்க்கை 6. நன்முயற்சி 7. நற்சாட்சி 8. நல்ல தியானம் ஆகியனவாகும்.)

சிலை இருக்கும் மொத்தப் பகுதியும் நான்கு பகுதிகளாகப் பிரிக்கப் பட்டிருக்கின்றன. இவை புத்தர் போதித்த உலகளாகிய நான்கு உண்மைகளைச் சித்தரிக்கின்றன. (அவை: 1. துக்கத்துக்கான காரணங்களை அறிதல் 2. ஆசைகளே துன்பத்துக்குக் காரணம் என அறிதல் 3. ஆசைகளை விட்டொழித்தல் மற்றும் 4. எண்வகை மார்க்கங்களைப் பின்பற்றுதல்)

மேலும் அங்கிருக்கும் அயகா தூண்கள் எனப்படும் ஐந்து தூண்கள் புத்தர் போதித்த வாழ்வின் ஐந்து நெறிகளைக் குறிக்கின்றன.

முதல் நெறி மற்ற உயிரினங்களைக் கொல்வதையும், அவற்றுக்குத் துன்பம் விளைவிப்பதையும் தவிர்ப்பதாகும்.

இரண்டாவது நெறி பிறர் பொருளைக் கவர்வதைத் தவிர்ப்பதாகும்.

மூன்றாவது நெறி சோரம் போவதைத் தவிர்ப்பதாகும்.

நான்காவது நெறி பொய்மையைத் தவிர்ப்பதாகும்.

ஐந்தாவது நெறி போதை தரும் பொருள்களைத் தவிர்ப்பதாகும்.

சிலைக்குக் கீழே இருக்கும் அருங்காட்சியகம் மூன்று அடுக்குகளைக் கொண்டிருக்கிறது. அதில் புத்தர் ஞானம் பெற்றது, போதி மரத்தடியில் இருப்பது போன்ற புத்தரின் வாழ்வில் நடைபெற்ற அனைத்துச் சம்பவங்களும் சிற்பங்களாகக் காட்சிப்படுத்தப் பட்டுள்ளன.

தியான மண்டபத்தில் புத்தரின் போதனைகளின் சாராம்சம், 424 செய்யுட்களைக் கொண்ட 24 அதிகாரங்களாக - 200 பிரிவுகளாக - செதுக்கப்பட்டிருக்கின்றன.

தியான புத்தரின் சிலையைச் சுற்றி புத்தர் பூங்கா ஒன்றும் நிர்மாணிக்கப்பட்டிருக்கிறது. இதில் சிறிய அளவிலான முன்னூறு புத்தர் சிலைகள், தியான புத்தரை நோக்கிய வண்ணம் இருப்பதாக அமைக்கப்பட்டிருக்கின்றன.

அந்த வளாகத்திலேயே கருத்தரங்கக் கூடம் ஒன்றும் சர்வதேச பௌத்த மத சுற்றுலாவாசிகள் தங்குவதற்கான 20 வசதியான அறைகளும் உள்ளன. இவை தவிர புத்தரின் போதனைகள் பற்றிய சர்வதேசப் படிப்பகம் ஒன்றும் உள்ளது.

பார்வையாளர்கள் காலை எட்டு மணி முதல் மாலை 6 மணி வரை பார்வையிடலாம். நபர் ஒருவருக்கான நுழைவுக் கட்டணம் 20 ரூபாய்.

ஆன்மிகத் தேடல் உள்ள பலரும் இங்கு வந்து செல்கின்றனர்.

■

7
ஆப்ரஹாம் லிங்கன் சிலை

ஆப்ரஹாம் லிங்கன் அமெரிக்காவின் பதினாறாவது ஜனாதிபதி ஆவார். 1809 ஆம் ஆண்டு, பிப்ரவரி மாதம் பன்னிரண்டாம் நாள் பிறந்தவர். ஆரம்பத்தில் வழக்கறிஞராகப் பணியாற்றியவர். அரசியலில் ஈடுபட்டு, 1861 முதல் 1865 வரை அமெரிக்க ஜனாதிபதி யாகப் பணியாற்றியவர். அடிமை முறையை ஒழிக்கப் பாடு பட்டவர்; அமெரிக்கப் பொருளாதாரத்தில் பல சீர்திருத்தங் களையும் செய்தவர்; ஐக்கிய அமெரிக்காவைப் பிளவுபடாமல் காக்க, பிரிவினையாளர்களை எதிர்கொண்டு, உள்நாட்டுப் போர் நடத்தி வெற்றி பெற்றவர்.

1865ஆம் ஆண்டு ஏப்ரல் மாதம் பதினைந்தாம் தேதி, இவர் வாஷிங்டன் டி. சி. நகரத்தில் உள்ள ஃபோர்டு அரங்கில், ஜான் வில்கிஸ் பூத் என்பவனால் சுட்டுக் கொல்லப்பட்டார். ஆப்ரஹாம் லிங்கன் அமெரிக்க ஒன்றியத்தின் ஒற்றுமைக்காக உயிர் துறந்து புகழ் எய்தினார்.

ஆப்ரஹாம் லிங்கனுடைய பிரம்மாண்டமான சிலை ஒன்று, அமெரிக்காவின் வாஷிங்டன் டி.ஸி. நகரத்தில் அமைந்திருக்கும்

நேஷனல் மால் வளாகத்தில் உள்ள லிங்கன் மெமோரியல் என்ற இடத்தில் அமைந்திருக்கிறது. இதை உருவாக்கிய சிற்பியின் பெயர் டேனியல் செஸ்டர் ஃப்ரெஞ்ச். வடிவமைத்தவர்கள் பிக்கிரில்லி சகோதரர்கள்.

1914 முதல் 1922 வரை இந்தச் சிலை செய்வதற்கான காலம் எடுத்துக் கொள்ளப்பட்டது. 1922ஆம் ஆண்டு, மே மாதம் முப்பதாம் தேதி இந்தச் சிலை திறக்கப்பட்டது. அமெரிக்காவின் அப்போதைய தலைமை நீதிபதி வில்லியம் ஹோவர்ட் டாஃப்ட், லிங்கன் நினைவிடத்தை அர்ப்பணித்து, சிலையைத் திறந்து வைத்தார். ஜனாதிபதி வாரன் ஜி.ஹார்டிங், அமெரிக்க மக்கள் சார்பாக அதை ஏற்றுக்கொண்டார்.

இந்தச் சிலை 170 டன்கள் எடை கொண்டது. 28 பாளங்களால் ஆன வெள்ளை ஜார்ஜியா பளிங்குக் கற்கள் பயன்படுத்தப்பட்டிருக் கின்றன. தரை மட்டத்தில் இருந்து சிலையின் உயரம் 30 அடிகள். நாற்காலி ஒன்றில் அமர்ந்திருக்கும் நிலையில் ஆப்ரகாம் லிங்கனின் சிலை இருக்கிறது.

உருவத்தின் உயரம் மட்டும் 19 அடிகள். சிலை அமைந்திருக்கும் பீடத்தின் உயரம் 11 அடிகள். பியூக்ஸ் கலை வடிவம் மற்றும் அமெரிக்க மறுமலர்ச்சி பாணியில் இந்தச் சிலையைச் செய்திருக் கிறார்கள்.

கால்களை வைப்பதற்கு பீடம் ஒன்றும் உள்ளது. நேரடியாகச் சற்றே சரிந்த பார்வையைச் சிலையின் முகபாவம் கொண்டிருக்கிறது. பார்ப்பவர்களை வசீகரிக்கும் வண்ணம் தனித்துவமான பாவனையை இவர் முகம் உணர்த்துவதாகச் சொல்கிறார்கள்.

அவரது கோட் பொத்தான்கள் திறந்திருக்கின்றன. அமெரிக்க நாட்டின் பெரிய அளவிலான கொடி ஒன்று நாற்காலியின் பக்க வாட்டிலும் பின்பகுதியிலும் தொங்கவிடப்பட்டிருக்கிறது. சிலை அமர்ந்திருக்கும் நாற்காலியின் உருவாக்கத்துக்குத் தனிக் கவனம் அளித்திருக்கிறார்கள்.

பாரம்பரியமான அரை வட்ட வடிவ நாற்காலியின் கைப்பிடி களில் சிலையின் கைகள் வைத்திருப்பதைப் போல உள்ளது. நாற்காலியின் முன்பக்கத்தில் பழங்கால ரோமானியர்களின் அதிகாரங்களைக் குறிக்கும் சின்னங்கள் பொறிக்கப்பட்டிருக் கின்றன.

1914ஆம் ஆண்டு, செஸ்டெர் ஃப்ரெஞ்ச் என்பவரை லிங்கன் மெமோரியல் கமிட்டி இந்தச் சிலையைச் செய்வதற்காகத் தேர்ந் தெடுத்தார்கள்.

முதலில் களி மண்ணாலும், பின்னர் பிளாஸ்டர் ஆஃப் பாரிஸ் என்ற பொருளாலும் சிலையின் பல மாதிரிகளில் மாறுதல்கள் பலவற்றை யும் செய்து இறுதியில் இந்தச் சிலை உருவானது.

ஆப்ரகாம் லிங்கன் சிலைக்கான செலவு உட்பட வாஷிங்டன், டி.சி.யில் உள்ள லிங்கன் மெமோரியல் என்ற நினைவிடத்தை உருவாக்க, 3 மில்லியன் டாலர் செலவு ஆகியிருக்கிறது.

8
புத்தரின் கை சிலை

சீனாவின் தென் பகுதியில் இருக்கும் குவாங்டாங் புராவினன்ஸ் பிரதேசத்தின் ஞங்யுவான் (Qingyuan) நகரத்தில் அமைந்திருக்கும் வினோதமான அபூர்வச் சிலைதான் 'புத்தரின் கை!'

Qingyuan Gulong Canyon Forest Adventure Park என்பது சீனாவில் இருக்கும் மிக மிக முக்கியமான சுற்றுலாத் தலமாகும். ட்ரெக்கிங் மற்றும் ட்ரிஃப்ட்டிங் என்னும் நீர் விளையாட்டுகள் இங்கே பிரசித்தமானவை. இந்தப் பகுதியில்தான் புத்தரின் கை சிலை அமைக்கப்பட்டிருக்கிறது.

இது சுற்றுலாவாசிகள் அதிகம் பார்வையிடும் சிலைகளில் ஒன்றாக உள்ளது.

இந்தச் சிலை பெரிய பாறாங்கல் ஒன்றில் செதுக்கப்பட்டிருக்கிறது. ஒரு குன்றின் விளிம்பின் கீழ் முனையில் எந்தவிதக் கூடுதல் பிடிமானமும் இன்றி மேல் நோக்கிக் குறுக்கு வசத்தில் நீண்டுள்ளது. இந்தச் சிலையின் சீனப் பெயர், டாங் டியான் ஃபோ ஷௌ. இதற்கு ஆகாயம் வரை நீண்டிருக்கும் புத்தரின் கை என்று அர்த்தம்.

20 மீட்டர் நீளமும், 16 மீட்டர் உயரமும் கொண்டு குறுக்கு வசத்தில் ஆகாயத்தை நோக்கி அமைக்கப்பட்டிருக்கிறது.

இந்தச் சிலையின் உள்ளங்கைப் பகுதியைப் படிகள் மூலம் ஏறி அடைய முடியும்.

புத்தர் கைச் சிலையின் 'தர்ம சக்ரா' என்னும் வடிவமைப்பு, அவரின் கோட்பாடுகள் மற்றும் ஞானம் ஆகியவற்றின் குறியீடாகப் பார்க்கப்படுகிறது.

புத்தரின் கையைத் தொடுவது நல்ல சகுனமாக மக்கள் நம்பு கிறார்கள். அங்கே நின்று புகைப்படங்களை எடுப்பது சுற்றுலாவாசி களுக்குப் பிடித்தமான ஒன்று.

படிகளில் ஏறும்போது படிகளின் மத்தியப் பகுதியில் கால் வைத்து ஏறுவதே நல்லது. ஏனெனில் சிலையின் மேலே செல்லும்போது பிடித்துக் கொள்ளக் கைப்பிடிகள் ஏதும் இல்லை. பாதுகாப்பு ஏற்பாடுகள் இருந்தாலும் இந்தச் சிலையின் உச்சியை அடையும் போது கவனமாகச் செல்ல வேண்டும்.

ஒரு பெரிய பாதுகாப்பு வலை ஒன்று சிலையின் கீழ் வைக்கப் பட்டிருக்கிறது. தப்பித் தவறி யாராவது கீழே விழுந்து விட்டாலும் பெரிய அளவில் அடி படாமல் இது காக்கும்.

அந்த மிகப் பெரிய கை, புதிதாக மலர்ந்த தாமரைப் பூவை நினைவு படுத்தும். இரண்டு அல்லது மூன்று நபர்கள் ஒரே சமயத்தில் அங்கே நிற்க முடியும். புத்தரின் கைச் சிலையின் மையத்தில் நின்று பார்த்தால் குலோங் கன்யான் பகுதியில் இருக்கும் மலைகள், ஓங்கி உயர்ந்த மரங்கள், அழகிய பள்ளத்தாக்குகள், நீர்வீழ்ச்சிகள், செங்குத்துப் பாறைகள், நீர் நிலைகள், ஆறுகள் போன்ற ரம்மியமான காட்சிகளைக் கண் குளிரக் காணலாம்.

இங்கே இருக்கும் அழகுமிக்க நான்லிங் மலைத் தொடர்கள் பிரமிப்பூட்டுபவை. பல சதுர கிலோ மீட்டர்களில் விரிந்திருக்கும் எழில் கோலங்களை இங்கிருந்து பார்க்கலாம். ஆன்மீகத் தேடல் கொண்டவர்களும், இயற்கையை நேசிப்பவர்களும் கொண்டாடும் பார்வையிடமாக இது திகழ்கிறது.

1,000 ஆண்டுகளுக்கு முன்னர் சீனாவில் செழித்திருந்த டாங் வம்சத்துக் காலத்தில் இந்தச் சிலை உருவாகியிருக்கிறது. ஆனால் மிகக் குறிப்பாக எந்த ஆண்டில் செதுக்கப்பட்டது என்பது இன்று வரை மர்மமாகவே இருக்கிறது.

நுணுக்கமான வேலைப்பாடுகள் மற்றும் தொழில் நேர்த்தியுடன் இந்தச் சிலை செதுக்கப்பட்டிருக்கிறது. பண்டைய சீனத்துச் சிற்பிகளின் அபூர்வ ஆற்றலும் வெளிப்படுகிறது.

சிலையைக் கண்ட பல சுற்றுலாவாசிகள், தங்களுக்கு மன அமைதி மற்றும் அற்புதமான ஆழ்மன அனுபவம் ஆகியன கிடைப்பதாகக் கூறுகிறார்கள்.

உலகின் பல திசைகளில் இருந்தும் பலவித நம்பிக்கைகளோடு வரும் மக்களைக் கலை, கலாச்சாரம் மற்றும் ஆன்மிகம் என ஒன்றிணைக் கிறது இந்தச் சிலை!

∎

9

நீதி தேவதையின் புது வடிவம்

ரோமானியப் புராணங்களின்படி, 'ஜஸ்டிகா' என்பது நீதிக்கான கடவுள். அதிலிருந்தே ஜஸ்டிஸ் என்ற நீதியைக் குறிக்கும் சொல் பிறந்தது.

நீதிமன்றத்துக்குப் போயிருப்பவர்கள் அங்கே நீதி தேவைதியின் சிலை ஒன்றைப் பார்த்திருப்பீர்கள். நீதிமன்றம் செல்லாதவர்களும் பல திரைப்படங்களில் அந்தச் சிலையைப் பார்த்திருப்பீர்கள்.

ஆங்கிலேயர்களின் ஆட்சிக்காலத்தில் உச்ச நீதிமன்றத்தில் நிறுவப்பட்டது இந்தச் சிலை. பெண் உருவில் இருக்கும் இந்தச் சிலையின் கண்கள் கட்டடப்பட்டிருக்கும். இடது கையில் தராசும் வலது கையில் வாளும் இருப்பதுபோல அமைந்திருக்கும்.

அப்படி நீதிதேவதையின் சிலையை வடிவமைத்திருப்பதற்குக் காரணமும் உண்டு. சட்டம் ஏழை, பணக்காரன் என்ற வேற்றுமையைப் பார்க்காது; உயர்ந்தவன் தாழ்ந்தவன் என்பதையும் பார்க்காது; அதாவது பாரபட்சம் பாராது நீதி வழங்குவதை உறுதி செய்வதற்காகச் சிலையின் கண்கள் கருப்புத் துணி கொண்டு கட்டப்பட்டிருந்தன.

ஒரு கையில் இருக்கும் வாள், அநீதி தண்டிக்கப்பட்டே ஆக வேண்டும் என்பதையும், தவறு செய்தவர்கள் தண்டனையில் இருந்து தப்ப முடியாது என்பதையும், நீதி நிச்சயம் நிலைநாட்டப் படும் என்பதையும் சொல்லியது. இன்னொரு கையில் வைத்திருக்கும் தராசு, துல்லியமாக வழக்குகளின் போக்கினை எடை போட்டு, இரு தரப்பு வாதங்களையும் ஆராய்ந்து சமூக சமநிலையைக் உறுதி செய்து, நீதி வழங்குவதைக் குறியீடாகக் கொண்டிருந்தது.

ஆனால் இந்தச் சிலையில் சில மாறுதல்கள் செய்யப்பட்டு உச்ச நீதிமன்ற நூலகத்தில் திறந்து வைக்கப்பட்டிருக்கிற்து. சிலையைத் திறந்து வைத்தவர் உச்ச நீதிமன்றத் தலைமை நீதிபதி டி.ஒய்.சந்திர சூட்.

இந்தப் புதிய நீதி தேவதையின் சிலையின் கண்களில் துணி கட்டப் படவில்லை. தலையில் கிரீடம் வைக்கப்பட்டிருக்கிறது. ஒரு கையில் இருக்கும் வாள் நீக்கப்பட்டு, அரசியல் சாஸனப் புத்தகம் இடம் பெற்றிருக்கிறது. நெற்றியில் திலகமும் உண்டு.

“சட்டம் எப்போது பார்வையற்றதாக இருக்காது; அது கூர்ந்து நோக்கும் ஆற்றல் உடையது என்பதை வெளிப்படுத்தவே கண்ணில் கட்டப்பட்டிருந்த கருப்புத் துணி அகற்றப்பட்டிருக்கிறது.

வன்முறையின் குறியீடாக இருக்கும் வாள் நீக்கப்பட்டிருக்கிறது. சட்டங்களின்படி மட்டுமே தீர்ப்புகள் வழங்கப்படுகின்றன என்பதை வலியுறுத்தும் விதமாகப் புதிய சிலையின் வலது கை அரசியல் சாஸனத்தை ஏந்தியிருக்கிறது” என்று புதிய சிலையில் செய்யப்பட்டிருக்கும் மாற்றங்களுக்கு விளக்கங்கள் சொல்லப்படு கின்றன.

■

10

சுதந்திரதேவி சிலை

அமெரிக்காவின் லிபர்டாஸ் தீவில் இருக்கும் சுதந்திரதேவி சிலை (Statue of Liberty) அமெரிக்க அரசுக்குச் சொந்தமானது. சிலையின் மொத்த உயரம் 305 அடி, ஓர் அங்குலம்!

சுதந்திரத்தின் குறியீடான ரோமானிய தேவைதை ஒன்றின் பெயர் லிபெர்ட்டாஸ். அதையொட்டியே சுதந்திரத்தைக் குறிக்கும் இந்தப் பெண் சிலைக்கு, 'லிபர்டி சிலை' எனப் பெயராயிற்று.

1865ஆம் ஆண்டு, ஃபிரான்ஸ் நாட்டு அரசியல் அறிஞரும், அடிமை முறை ஒழிப்பு ஆதரவாளருமான எடௌர்ட் டி லாபௌலாயே (Edouard de Laboulaye) என்பவர் சுதந்திரத்தைக் குறிக்கும் ஒரு சிலையை அமெரிக்காவில் உருவாக்க வேண்டும் என்ற கருத்தை முன்வைத்தார். இந்த நினைவுச் சின்னம் அமெரிக்காவின் நூற்றாண்டு சுதந்திரம் மற்றும் பிரான்ஸுடனான அமெரிக்காவின் நட்பை கௌரவிக்கும் என்பது அவரது கருத்து. அது ஏற்றுக் கொள்ளப்பட்டு, சுதந்திர தேவி சிலை அமெரிக்காவில் நிறுவப்பட்டிருக்கிறது.

1885 ஆம் ஆண்டு ஜூன் மாதம் பதினேழாம் தேதி, ஃபிரான்ஸ் நாட்டு மக்கள் இந்தச் சிலையை அன்பளிப்பாகக் கொடுக்க, அது அமெரிக்காவை வந்தடைந்தது. 1886ஆம் ஆண்டு, அக்டோபர் 28

ஆம் தேதி இந்தச் சிலை திறக்கப்பட்டிருக்கிறது. அமெரிக்கப் புரட்சியின்போது ஃபிரான்ஸ் மற்றும் அமெரிக்கா ஆகிய இரு நாடு களுக்கிடையே நிலவிய கூட்டணிக்கு மரியாதை செய்யும் விதத்தில் இந்தச் சிலை பரிசளிக்கப்பட்டிருக்கிறது.

இதற்குக் கைமாறாக அமெரிக்காவும் சுதந்திர தேவி சிலை ஒன்றை *1889* ஆம் ஆண்டு ஃபிரான்ஸ் நாட்டுக்கு வழங்கியிருக்கிறது. இந்தச் சிலை பாரிசில் நிறுவப்பட்டிருக்கிறது.

அமெரிக்க சுதந்திரதேவி சிலையை வடிவமைத்த சிற்பியின் பெயர் ஃபிரெடெரிக் - அகஸ்ட் பார்த்தோல்டி (Frederic-Auguste Bartholdi). இவர் தமது தாயாரின் முகத்தை மாடலாகக் கொண்டு சுதந்திர தேவியின் முகத்தை வடிவமைத்திருக்கிறார். சிலையின் உலோகக் கட்டமைப்பு குஸ்டாவ் ஈஃபில் என்பவரால் செய்யப்பட்டிருக் கிறது. (பாரீஸ் நகரில் உள்ள உலகப் புகழ்பெற்ற ஈஃபில் கோபுரத்தை வடிவமைத்தவர் இவரே!)

பெண் வடிவில் இருக்கும் சுதந்திரதேவி சிலையின் வலது கை தலைக்கு மேல் ஒரு விளக்கை ஏந்தியிருக்கும். இடது கையில் இருக்கும் பட்டயத்தில் JULY IV MDCCLXXVI (ஜூலை *4, 1776*) என ரோமானிய எண்களால் குறிப்பிடப்பட்டிருக்கும். இது அமெரிக்க சுதந்திரம் பிரகடனப்படுத்தப்பட்ட தேதி ஆகும்.

அமெரிக்க உள்நாட்டுப் போரைத் தொடர்ந்து, அடிமைத்தனம் தேசிய அளவில் ஒழிக்கப்பட்டதை நினைவுகூறும் வகையில், கால் களைப் பிணைத்திருந்த உடைந்த சங்கிலியைச் சிலையின் இடது கால் மிதித்துக் கொண்டிருக்கும். கடல் வழியே அமெரிக்காவுக்கு வருவோரை வரவேற்கும் வண்ணம் இந்தச் சிலை இருக்கிறது.

சிலையின் கிரீடம், ஏழு கூர்முனைகளைக் கொண்டுள்ளது, இவை உலகின் ஏழு பெருங்கடல்கள் மற்றும் ஏழு கண்டங்களைக் குறிக்கின்றன. அமெரிக்காவின் அடையாளமாகவே இந்தச் சிலை பார்க்கப்படுகிறது. உலகில் வசிக்கும் அனைவருக்கும் சுதந்திர வேட்கையை ஊட்டுவதாகவும் உள்ளது.

1924 ஆம் ஆண்டு, இது அமெரிக்க தேசிய நினைவுச் சின்னமாக அறிவிக்கப்பட்டிருக்கிறது. நேஷனல் பார்க் சர்வீஸ் என்ற அமைப் பால் பராமரிக்கப்படுகிறது.

11

ஸ்.ஃபிங்ஸ் சிலை

ஸ்ஃபிங்ஸ் (Great Sphinx Of Giza) என்ற சிலை, எகிப்தில் உள்ள கிஜா பகுதியில் உள்ளது. கிஜா நகரம் எகிப்தின் மேல் பகுதியில், நைல் நதியின் மேற்குக் கரையில், கெய்ரோ நகருக்குத் தெற்கு மற்றும் தென்மேற்கில் அமைந்திருக்கிறது.

கி.மு.2575 முதல் 2465 வரை ஆண்ட காஃப்ரே என்ன மன்னர் காலத்தியது இந்தச் சிலை. அவரது முக அமைப்பிலேயே இதை உருவாகியிருக்கிறர்கள். எகிப்தின் அடையாளமாகவே இந்தச் சிலையைச் சொல்வதுண்டு.

மனிதத் தலையும் படுத்திருக்கும் சிங்கத்தின் உடலும் ஒருங்கிணைந் திருக்கும் ஸ்ஃபிங்ஸ் என்ற பெயர் கொண்ட இந்தச் சிலை உலகத்தின் மிகப் பழமையானதும் உயரமானதுமான சிலைகளில் ஒன்றாகும்.

எகிப்தியப் புராணங்களில் சொல்லப்பட்டிருக்கும் வினோத மிருகம் தான் ஸ்ஃபிங்ஸ். உலகிலேயே மிகப் பழமையான நினைவுச் சின்னம் இதுதான். உலகில் இருக்கும் மிகப் பெரிய ஒற்றைக் கல் சிற்பமும்

சரித்திரம் சொல்லும் சிலைகள்

இதுவே. இதுபோல மனிதத் தலையும், சிங்க உடலும் உள்ள அபூர்வ விலங்குகள் எகிப்திய மற்றும் கிரேக்கக் கலை வடிவங்களிலும் புராணக் குறிப்புகளிலும் உள்ளன.

தாங்கள் வணங்கும் ஹோரஸ் என்ற சூரியக் கடவுளின் குறியீடாகவே கருதி, ஸ்ஃபிங்ஸை எகிப்தியர்கள் வணங்குகிறார்கள். ராஜ அம்சமும் புனிதத் தன்மையும் இதற்கு உண்டு என்பது அவர்கள் கருத்து.

இந்தச் சிலையைத் தமது முகச் சாயலில் காஃப்ரே என்ற மன்னர் உருவாக்கியிருக்கலாம் என்று சிலரும், இன்னும் சிலர் காஃப்ரேவின் மூத்த சகோதரரான ரெட்ஜெடெஃப் என்பவர் தமது தந்தையாரான குஃபு என்ற மன்னரின் நினைவாக கிஜாவில் உள்ள அவரது பிரமிடுக்கு (தி கிரேட் பிரமிட்) அருகில் சிலையை உருவாக்கி யிருக்கலாம் எனவும் சொல்கின்றனர்.

சிலையின் நீளம் சுமார் 240 அடிகள்; உயரம் 66 அடிகள்.

ஸ்பிங்ஸின் பாதங்கள் மிகப் பெரியவை; சராசரி மனிதனை விட இரண்டு மடங்கு உயரம் கொண்டவை; ஒரு பேருந்தையே மிஞ்சும் அளவுக்கு நீளம் கொண்டவை. ஸ்பிங்ஸின் கண்கள் சுமார் 6 அடி விட்டம் கொண்டவை; காதுகள் சுமார் 3 அடி நீளம் கொண்டவை. மூக்கு, சிதைக்கப்படுவதற்கு முன் சுமார் 5 அடி உயரம் இருந் திருக்கும். மேற்கிலிருந்து கிழக்கு நோக்கி அமைக்கப்பட்டிருக்கிறது.

ஒற்றைச் சுண்ணாம்புக் கல்லில் இருந்து இந்தச் சிலையை உருவாக்கி, வர்ணம் பூசியிருக்கிறார்கள். இந்தச் சிலையை மூன்றாண்டு காலம் நூறு சிற்பிகள் கல் சுத்தியல்கள் மற்றும் தாமிர உளிகளைக் கொண்டு செதுக்கியிருக்கக்கூடும் என்று மதிப்பிடுகிறார்கள்.

இந்தச் சிலையைச் செய்து சுமார் 4500 ஆண்டுகள் ஆகியிருக்கலாம் என ஆராய்ச்சியாளர்கள் கருதுகின்றனர். நுணுக்கமான சிற்ப வேலைப்பாடுகள் இந்தச் சிலையில் அமைந்திருக்கின்றன. இந்தச் சிலைக்குள்ளே பல சுரங்கங்களும், பாதைகளும் உள்ளன.

மிக நீண்ட காலம் ஆகிவிட்டதால், அதிக அளவில் சிதில மடைந்திருக்கிறது. சிலையின் மூக்கு முற்றிலும் அழிந்துவிட்டது. சிலர், நெப்போலியனின் படைகள் பீரங்கியால் சுட்டபோது இந்தச் சேதம் ஏற்பட்டிருக்கக்கூடும் என்கிறார்கள்.

இன்னும் சிலர், பதினான்காம் நூற்றாண்டில் வாழ்ந்தவரும் உருவ வழிபாட்டுக்கு எதிரான கொள்கையுடையவருமான முஹம்மது ஸைம் அல்-டார் என்பவர் சிலையைச் சேதப்படுத்தியிருக்கலாம் என்கிறார்கள்.

யாரும் சிலையைத் தொட்டுவிட முடியாதபடி பாதுகாப்பு அமைப்புகள் உள்ளன. இதைப் பாதுகாக்கப் பல்வேறு நடவடிக்கைகளும் எடுத்து வரப்படுகின்றன.

எகிப்தியர்கள் முதலில் இதை 'ஹோர்-எம்-அகெட்' என்று அழைத்தார்கள். அதற்கு, சூரியக் கடவுள் என்று அர்த்தம். அரேபியர்கள் இப்போதும் இந்தச் சிலையை அபுல் ஹூல் (பயங்கரத்தின் தந்தை) என்று குறிப்பிடுகிறார்கள்.

ஆண்டுதோறும் பல்லாயிரக்கணக்கான சுற்றுலாப் பயணிகள் இந்தச் சிலையைப் பார்ப்பதற்கென்றே வந்து செல்கின்றனர்.

■

12
டெர்ரஸ் ஆ.்.ப் தி லயன்ஸ் சிலைகள்

கிரேக்க நாட்டில் உள்ள சைக்லேடஸ் தீவுக்கூட்டங்களில் இருக்கும் டெலோஸ் என்ற சிறிய தீவில் அமைந்திருக்கிறது ‘டெர்ரஸ் ஆஃப் தி லயன்ஸ்’ சிலைகள். மைக்கோனோஸ் என்ற தீவில் இருந்து தென்மேற்காக 30 நிமிடப் படகுப் பயணத்தின் மூலம் டெலோஸ் தீவை அடையலாம்.

இந்த இடம்தான் கிரேக்கக் கடவுளான அப்போல்லோவின் பிறந்த இடம் என கிரேக்கப் புராணங்கள் சொல்கின்றன.

கி.மு.ஏழாம் நூற்றாண்டில் இந்தச் சிலைகள் உருவாக்கப்பட்டிருக் கின்றன. இந்தச் சிலை உருவான காலகட்டத்தை ஆர்க்காயிக் காலம் (Archaic period) என்பார்கள். (கி.மு.8ஆம் நூற்றாண்டில் இருந்து கி.மு. 6ஆம் நூற்றாண்டு வரை உள்ள காலம்தான் ஆர்க்காயிக் காலம்).

கிரேக்கக் கடவுளான ‘அப்போல்லோ’ என்பவருக்கு அர்ப்பணிக்கப் பட்ட புனிதப் பகுதியில் இந்தச் சிலைகள் அமைந்திருக்கின்றன. அந்த இடத்தில் பனைமரம் ஒன்றும் இருக்கிறது.

கி.மு.600ஆம் ஆண்டு வாக்கில், நக்சஸ் தீவு மக்கள் அப்போல்லோ கடவுளுக்குக் காணிக்கையாக இவற்றை அளித்ததாக நம்பப்படுகிறது.

பளிங்குக் கற்களால் உருவாக்கப்பட்ட 12 சிங்கச் சிலைகள் உள்ளன. சுமார் 6 அடி நீளம் உடைய இந்தச் சிலைகள் ஒரே வரிசையில் அமைக்கப்பட்டிருக்கின்றன.

இந்தச் சிங்கங்கள் அதிகாரம், வலிமை மற்றும் பாதுகாப்பை உணர்த்திக் கொண்டிருக்கின்றன.

வாய் பிளந்த நிலையில், கிழக்கு நோக்கி இருக்கும் இந்தச் சிங்கங்கள் அங்கிருக்கும் புனித ஏரி ஒன்றைப் பாதுகாக்கும் குறியீடாக அமைத்திருக்கிறார்கள். அங்கேதான் லெடோ என்னும் கிரேக்க தேவதை அப்போல்லோவை ஈன்றெடுத்ததாக நம்பப்படுகிறது.

வழிபடுபவர்களுக்கு பயம் கலந்த பக்தியை ஏற்படுத்துவதற்காக இவை அமைக்கப்பட்டிருக்கலாம் என்கிறார்கள். பண்டைய எகிப்தில் ஸ்ஃபிங்க்ஸ் சிலைகள் அமைக்கப்பட்டிருக்கும் பாணியை இவை நினைவூட்டும்.

தற்போது அவற்றுள் 5 அசல் சிங்கங்கள் மட்டுமே மீதியிருக்கின்றன. எஞ்சியவை இடமாற்றம் செய்யப்பட்டு விட்டன.

கிரேக்கர்களின் உன்னதமான கலைப் படைப்பான இது, அவர்களின் சிற்பக்கலை மற்றும் கலாச்சாரங்களின் அடையாளமாகவே திகழ்கிறது. சிலைகள் அமைக்கப்பட்டிருக்கும் பகுதி, பல முறை புனரமைக்கப்பட்டு வந்திருக்கிறது.

ஆண்டுதோறும் உலகெங்கிலும் இருந்து ஏராளமான பேர் இந்தச் சிலைகளைப் பார்வையிட்டுச் செல்கின்றனர்.

இது யுனெஸ்கோ அமைப்பால் பாரம்பரிய நினைவுச் சின்னம் என அறிவிக்கப்பட்டிருக்கிறது.

13

சிந்தனையாளர் சிலை

பத்தொன்பதாம் நூற்றாண்டின் முக்கியக் கலைப் படைப் பாகப் அறியப்படுவது ஃபிரான்ஸ் நாட்டின் பாரீஸ் நகரில் அமைந்திருக்கும், சிந்தனையாளர் சிலை (The thinker statue). ஃப்ரெஞ்சு மொழியில் சிந்தனையாளர் சிலையை, லி பென்ஸ்யுர் (Le Penseur) என்பார்கள்.

உலகப் புகழ்பெற்ற சிலைகளில் இதுவும் ஒன்று. 1880 ஆண்டு, வெண்கலத்தால் ஆன இந்த சிலையை உருவாக்கியவர் அகஸ்ட் ரோடின் என்ற ஃபிரான்ஸ் நாட்டைச் சேர்ந்த சிற்பியாவார்.

பாரிஸ் நகரில் உள்ள இன்வேலிடெஸ் மெட்ரோ நிலயத்துக்கு அருகே உள்ள ரோடின் அருங்காட்சியகத்தின் முகப்பை அலங் கரிக்கும் ஒரு பகுதியாக இந்தச் சிற்பம் இருக்கிறது. அகஸ்ட் ரோடினின் இதர படைப்புக்களையும் இந்த அருங்காட்சியகத்தில் பார்க்கலாம். அக்டோபர் முதல் மார்ச் வரை ஒவ்வொரு மாதத்தின் முதல் ஞாயிற்றுக்கிழமையில் பார்வையாளர்களுக்கு அனுமதி இலவசம். மற்ற நாட்களில் நபர் ஒருவருக்கு நுழைவுக் கட்டணம் தலா 12 யூரோக்கள் செலுத்த வேண்டும்.

பாறை ஒன்றின் மேல், சற்றே சாய்ந்த நிலையில், தனது வலது முழங்கையை இடது தொடையில் வைத்துக் கொண்டும், வலது கையின் பின்புறத்தால் தாடையைத் தாங்கியபடியும் ஆழ்ந்து சிந்திக்கும் தோரணையில், சிலையில் சித்தரிக்கப்பட்டிருக்கும் வலிமையான ஆணின் உருவம் அமர்ந்திருக்கும். வர்ணம் பூசப் பட்டு பாலிஷ் செய்த சிற்பம் இது.

சிந்தனையாளர் சிலை, சுமார் 6 அடி 7 அங்குலம் உயரமும் 900 கிலோ எடையும் கொண்டது.

டான்டே அலிகியேரி என்ற புகழ்பெற்ற இத்தாலியக் கவிஞரின் உருவத்தைச் சித்தரிக்கும் வண்ணம் செய்யப்பட்டிருக்கிறது.

டான்டே அலிகியேரி மத்திய காலத்துப் ஃப்ளாரன்ஸைச் சேர்ந்த ஒரு கவிஞர் ஆவார். இவருடைய முக்கியமான படைப்பு, இத்தாலிய மொழியில் இவர் எழுதிய 'டிவினா காமெடியா' என்பதாகும். இதை உலக இலக்கியத்தின் சிறந்த ஆக்கங்களில் ஒன்று எனச் சொல்லலாம். இத்தாலிய மொழியில் இவர் ஒரு பெருங் கவிஞராகப் போற்றப்படுகிறார்.

முதலில் இந்த சிலைக்கு, 'கவிஞர் (The Poet) எனப் பெயரிட்டிருந்தார்கள். பின்புதான் 'சிந்தனையாளர்' எனப் பெயர் மாற்றம் ஏற்பட்டது.

அனைத்துக் கவிஞர்களையும், படைப்பாளிகளையும் இது பிரதிபலிப்பதாகக் கருதுகிறார்கள். கலாச்சாரச் சின்னமாகவும், ஆழ்ந்த சிந்தனை மற்றும் நுண்ணறிவு ஆகியனவற்றைப் பிரதிபலிப்பதாகவும் இந்தச் சிலை அமைந்திருக்கிறது.

தத்துவம், இலக்கியம் மற்றும் புதுமை ஆகியனவற்றுக்கும் இந்த சிலை ஓர் அடையாளமாகவே விளங்குகிறது என்றும் சொல்கிறார்கள். நவீனத்துவம் மற்றும் முப்பரிமாணக் கலை வடிவம் ஆகியவற்றின் முன்னோடியாகவும் இந்தச் சிலை பார்க்கப்படுகிறது.

இந்த சிலையை முன்மாதிரியாகக் கொண்டு இதே போலப் பல சிலைகள் பாரிஸ், நியூயார்க், டோக்கியோ மற்றும் போனஸ் ஐரிஸ் நகரங்களிலும் நிர்மாணிக்கப்பட்டிருக்கின்றன.

திரைப்படங்கள், தொலைக்காட்சி நிகழ்ச்சிகள், விளம்பரப் படங்கள் போன்ற பலவற்றிலும் சிந்தனையாளர் சிலை இடம் பிடித் திருக்கிறது.

இந்தச் சிலையின் அசல் தன்மையைப் பாதுகாப்பதற்காகப் பல முறை புதுப்பிக்கும் பணிகள் தொடர்ந்து நடைபெற்றிருக்கின்றன.

1970ஆம் ஆண்டு நடைபெற்ற குண்டுவெடிப்பு ஒன்றின்போது, சிலையின் பீடம் மற்றும் கால்கள் சேதம் அடைந்தன. விரைவிலேயே அவை புதுப்பிக்கப்பட்டன.

சிலை இருக்கும் பகுதி, புகழ்பெற்ற சுற்றுலாத் தலமாகவே மாறி விட்டது!

■

14
ஜீயஸ் சிலை

ஒலிம்பியா என்பது கிரேக்கத்தில் இருக்கும் முக்கியப் பகுதி. பழங்கால உலகத்தின் ஏழு அதிசயங்களில் ஒன்றுதான் ஒலிம்பியா வில் இருக்கும் ஜீயஸ் கோவிலில் இருக்கும் ஜீயஸ் சிலை. ஜீயஸ் என்பவர் ஆகாயம் மற்றும் இடி ஆகியவற்றுக்கான கடவுள். மவுன்ட் ஒலிம்பஸ் என்ற பகுதியில் கடவுளர்களின் தலைவனாக இவர் விளங்கினார் எனக் கிரேக்கப் புராணங்கள் சொல்கின்றன.

ஃபிடியாஸ் என்னும் புகழ்பெற்ற கிரேக்கச் சிற்பி இதை உருவாக்கி இருக்கிறார். அவரது படைப்புகளில் இது மிகவும் சிறப்பானது எனக் கொண்டாடுகிறார்கள்.

இலியன்கள் என்பவர்கள் கி.மு. ஐந்தாம் நூற்றாண்டின் பின் பாதியைச் சேர்ந்தவர்கள். இவர்கள்தான் அப்போதைய ஒலிம்பிக் பந்தயங்களுக்குப் பொறுப்பாளர்களாக இருந்தவர்கள். ஜீயஸ் கோவிலைக் கட்டியவர்களும் இவர்களே. அதெனியன்கள் என்ற குழுவினர் இவர்களுக்குப் போட்டியாளர்களாக இருந்தனர். அதெனியன்களை விஞ்சும் அளவுக்கு ஒரு சிலை செய்ய விரும்பி ஜீயஸ் சிலையை ஃபீடியாஸை வைத்து உருவாக்கினர்.

குரோனஸ் என்பவரை வெற்றி கொண்டதைப் போற்றும் வகையில்

இந்தச் சிலையை அமைத்திருக்கிறார்கள். இந்தச் சிலையை உருவாக்குவதற்குப் பன்னிரண்டு ஆண்டுகள் ஆகியிருக்கின்றன. கி.மு. ஐந்தாம் நூற்றாண்டில், கி.மு.432 முதல் 421 ஆண்டுகளுக்கு இடைப்பட்ட காலகட்டத்தில் இந்தச் சிலை செய்யப்பட்டிருக்க லாம் என்பது ஆராய்ச்சியாளர்களின் கருத்து.

41 அடி உயரம் கொண்டது இந்தச் சிலை. தங்கம் மற்றும் தந்தத்தால் செய்யப்பட்டிருக்கிறது. வலது கையில் செங்கோல் ஒன்றை ஏந்தியபடியும், இடது கையில் வெற்றி தேவதையான நைக் என்பதைத் தொட்டிலில் இடுவது போலவும் அமைக்கப் பட்டி ருக்கும். அவர் அமர்ந்திருக்கும் சிம்மாசனம் செடார் என்னும் மரத்தால் செய்யப்பட்டதும் வேலைப்பாடுகள் மிக்கதும் ஆகும்.

நுணுக்கமான செய்நேர்த்தி கொண்ட இந்தச் சிலையில் விலை மதிப்புமிக்க கற்கள் பதிக்கப்பட்டிருக்கின்றன. நேராகவும், நிலையாகவும் இந்தச் சிலை இருப்பதற்காகச் சிறப்பான தொழில் நுட்பம் பயனாகியிருக்கிறது. இந்தச் சிலையைப் பாதுகாக்க அடிக்கடி ஆலிவ் எண்ணெயால் மேற்பூச்சு வேலையை மேற் கொண்டிருக்கிறார்கள்.

கி.பி. ஐந்தாம் நூற்றாண்டில் தீ விபத்து அல்லது பூகம்பம் போன்ற ஏதோ ஒரு இயற்கைச் சீற்றத்தில் இந்தச் சிலை அழிந்து போனது. பண்டைக் கால கிரேக்க விவரணைகள், நாணயங்கள் மற்றும் கலை வடிவங்களைக் கொண்டே இந்தச் சிலை இப்படித்தான் இருந்திருக்க வேண்டும் எனக் கருதுகிறார்கள்.

இந்தச் சிலையைப் போலவே நகலாகப் பல சிலைகள் வடிவமைக்கப் பட்டிருக்கின்றன. 1572ஆம் ஆண்டு, ஃபிலிப் கேலி என்னும் சிற்பி, ஃபீடியாஸ் உருவாக்கிய ஜீயஸ் சிலையின் நகலாக அதே போல ஒரு சிலையை உருவாக்கியிருக்கிறார். மார்டென் வான் ஹீம்ஷெர்க் என்பவர் வரைந்த ஓவியத்தை மாதிரியாகக் கொண்டு இந்த மாதிரிச் சிலையை வடிவமைத்திருக்கிறார்.

ஜீயஸ் சிலை, பண்டைய கிரேக்கர்களின் பண்பாடு மற்றும் புராணங் களின் அடையாளமாகவே பார்க்கப்படுகிறது. வரலாறு நெடுகக் கலை மற்றும் கட்டிடக் கலை பலவற்றிலும் இந்தச் சிலையின் வடிவமைப்பின் பாதிப்பு தென்படுகிறது.

15
ஈராஸ் சிலை

இங்கிலாந்து நாட்டின் லண்டன் நகரில் இருக்கும் பிக்காடிலி சர்க்கஸ் என்ற இடத்தின் தென் கிழக்குப் பகுதியில் அமைந்துள்ளது ஈராஸ் சிலை. ஆன்டீராஸ் என்பது முழுப் பெயர். முதலில் இது ஷாஃபெட்ஸ்பரி ஃபவுன்டன் என அழைக்கப்பட்டுவந்தது.

லண்டனில் இருக்கும் பிக்காடிலி சர்க்கஸ் பகுதி ஏராளமான உயர்தர விடுதிகள், உணவகங்கள், கடைகள் மற்றும் திரையரங்குகள் உள்ள இடமாகும். இரவு நேரங்களில் இந்தச் சிலை அமைந்திருக்கும் இடம், நியான் விளக்குகளின் வெளிச்சத்தில் பார்க்க மிக அழகாக இருக்கும்.

இதை உருவாக்கியவர் பிரிட்டனைச் சேர்ந்த ஆல்ஃப்ரட் கில்பெர்ட் என்ற சிற்பி ஆவார்.

இந்தச் சிலையின் பீடம் வெண்கலத்தாலும், சிலையின் உருவம் அலுமினியத்தாலும் செய்யப்பட்டிருக்கிறது. இது உருவான காலத்தில் அலுமினியம் என்பது மிகவும் அதிக விலை மதிப்புக் கொண்ட ஓர் உலோகமாக விளங்கியது.

உலகிலேயே அலுமினியத்தால் செய்யப்பட்ட முதல் சிலை இதுதான்.

கிரேக்கப் புராணங்களில் பரிசுத்த அன்பின் குறியீடு என விவரிக்கப் பட்டிருக்கும் தேவதையின் உருவம் இது. இறக்கைகளும் கையில் வில்லும் கொண்டிருக்கும் இந்தச் சிலையின் உயரம் 15 அடி.

சிலைக்கு மாடலாக இருந்தவன் ஆஞ்செலோ கொலாரோஸ்ஸி என்னும் பதினாறு வயதுச் சிறுவன். இவன் சிற்பி கில்பர்ட்டின் உதவியாளனாக இருந்தவன்.

ட்யூக் ஆஃப் வெஸ்ட்மினிஸ்டர் என்ற பிரிட்டனின் கௌரமிக்க பதவிக்குரிய ஹுக் லுபஸ் க்ரோஸ்வெனர் (Hugh Lupus Grosvenor) என்பவரால் இது 1893 ஆம் ஆண்டு திறக்கப்பட்டது.

லார்ட் ஷாஃப்டெஸ்பரி என்பவர் மிகுந்த தயாள குணம் உடையவர். இவர் பிரிட்டிஷ் அரசாங்கத்தின் மூத்த அதிகாரம் கொண்ட பிரபு மற்றும் அரசியல்வாதி ஆவார்.

குழந்தைத் தொழிலாளர் முறையை ஒழித்தவர். சிறுவர்களின் படிப்புக்கு முக்கியத்துவம் கொடுத்தவர். அவரது பேரன்பு, மற்றும் நற்சிந்தனை ஆகியனவற்றை நினைவுகூறும் விதமாக இந்தச் சிலையை அமைக்க ஏற்பாடு செய்தவர் சாலிஸ்பரி என்னும் பிரபு ஆவார்.

1925 ஆம் ஆண்டு, சிலைக்குக் கீழே சுரங்க ரயில் நிலையம் அமைக்கப்பட்டபோது இடமாற்றம் செய்து, எம்பேங்மென்ட் கார்டன்ஸ் என்ற பகுதிக்கு மாற்றப்பட்டது. திரும்பவும் 1931ல் பழைய இடத்திலேயே மீண்டும் நிறுவப்பட்டது.

1939 ஆண்டு இரண்டாம் உலகப் போர் மூண்டபோது மறுபடியும் இடமாற்றம் செய்யப்பட்டு ஏக்ஹாம் என்ற பகுதிக்கு மாற்றினார்கள். போர் முடிந்த பிறகு 28.06.1947 அன்று மீண்டும் முதலில் இருந்த இடத்துக்கே சிலையைக் கொண்டு வந்தார்கள்.

1980களில் புதுப்பிப்பதற்காக இட மாற்றம் செய்யப்பட்ட சிலை, 1985ஆம் ஆண்டு பிப்ரவரி மாதம் மீண்டும் பழைய இடத்திலேயே

நிறுவப்பட்டது.

பல திரைப்படங்கள், இலக்கியப் படைப்புகள் மற்றும் கலை வடிவங்களில் இந்தச் சிலை இடம் பெற்றிருக்கிறது.

வாரத்தின் அனைத்து நாட்களிலும், எல்லா நேரங்களிலும் இந்தச் சிலையைப் பார்வையாளர்கள் காண அனுமதி உண்டு.

லண்டன் நகரத்தின் புகழ் பெற்ற சுற்றுலாத் தலங்களான ஷாஃபெட்ஸ்பரி நினைவிடம், லண்டன் பெவிலியன் மற்றும் ரீஜென்ட் தெரு ஆகியவற்றின் அருகிலேயே சிலை உள்ளது.

இந்தச் சிலை லண்டனின் பாரம்பரியத்தை உணர்த்துவதாகவும், பல கலைஞர்களுக்கு உத்வேகம் அளிப்பதாகவும், அன்பு, அழகு மற்றும் மனிதநேயம் ஆகியவற்றின் பிரதிபலிப்பாகவும் திகழ்கிறது.

லண்டன் நகரத்தின் அடையாளமாகவே ஈராஸ் சிலை கருதப் படுகிறது.

■

16
டிஸ்கோபோலஸ் சிலை

டிஸ்கோபோலஸ் சிலையானது புகழ்பெற்ற கிரேக்கச் சிற்பி மிரான் என்பவர் செதுக்கியிருக்கும் உன்னதமான கலைப் படைப்பு ஆகும். கிரேக்கக் கலையின் ஓர் அடையாளமாகவே இது திகழ் கிறது. கலை மற்றும் தடகள சாதனைகளின் உச்சத்தில் கிரேக்கம் இருந்த நேரத்தில் டிஸ்கோபோலஸ் சிலை செதுக்கப்பட்டது.

இது பண்டைய கிரேக்க நாட்டின் முக்கியக் கோட்பாடுகளைக் கொண்டிருக்கிறது. ஒலிம்பிக் விளையாட்டுகளுக்கான ஆர்வம், மனித உடலின் கச்சிதமான வடிவம், மனதின் உள் அமைதி, மற்றும் நல்லிணக்கம் ஆகியவற்றின் குறியீடாக இந்தச் சிலை இருப்பதாகக் கருதுகிறார்கள்.

இந்தச் சிலை கி.மு.460-450 காலகட்டத்தில் உருவாக்கப்பட்டிருக் கிறது. வட்டு எறிதல் (Discus throw) என்பது தடகளப் போட்டிகளில் மிக முக்கியமானது. உலோகத்தாலான வட்ட வடிவமான வட்டு ஒன்றினைப் போட்டியாளர்கள் வீசி எறிவார்கள். யார் வீசிய வட்டு அதிக தூரம் சென்று விழுந்தது என்பதைக் கொண்டு வெற்றி தீர்மானிக்கப்படும்.

வட்டு எறிதல் விளையாட்டைப் பற்றி கிரேக்கக் கவிஞரான ஹோமர் என்பவர், தமது காப்பியங்களான இலியட் மற்றும் ஒடிஸ்ஸி ஆகியவற்றில் குறிப்பிட்டிருக்கிறார்.

பண்டைய ஒலிம்பிக் விளையாட்டுகளில் வட்டு எறிதலும் இடம் பெற்றிருக்கிறது. 1896ஆம் ஆண்டு, ஒலிம்பிக் விளையாட்டுக்கள் மறுபடி நடைமுறைக்கு வந்தபோது வட்டு எறிதலும் இடம் பெற்றது.

கி.மு.70ஆம் ஆண்டிலிருந்தே வட்டு எரியும் போட்டிகள் கிரேக்க நாட்டில் நடைபெற்றிருக்கின்றன. கலை மற்றும் விளையாட்டுகளில் கிரேக்கம் உச்சத்தில் இருந்த காலம் அது.

பண்டைய ஒலிம்பிக் போட்டிகள் வெறும் விளையாட்டு நிகழ்வுகள் மட்டுமல்ல. அவை கிரேக்கக் கலாச்சாரம் மற்றும் மதத்துடன் ஆழமாக பின்னிப் பிணைந்திருந்தன.

கிரேக்கத் தடகள வீரனான இளைஞன் ஒருவன், தன் உடலை வளைத்துக் கையில் இருக்கும் வட்டு ஒன்றினை எறியத் தயார் நிலையில் இருப்பது போல டிஸ்கோபோலஸ் சிலை அமைக்கப் பட்டிருக்கிறது.

இந்தச் சிலையின் அசல் வடிவம் வெண்கலத்தால் ஆனது. உறுதி யாகவும் இருக்க வேண்டும், அதே சமயத்தில் சிலை வார்ப்புக்கு ஏற்ப நெகிழ்வுத் தன்மையும் இருக்க வேண்டும் என்பதற்காகச் சிலை செய்வதற்கு வெண்கலம் தேர்ந்தெடுக்கப்பட்டிருக்கிறது.

ஆனால் இது தொலைந்து போனதும் இதன் நகல்கள் பளிங்கு போன்ற பொருட்களால் உருவாக்கப்பட்டிருக்கின்றன.

டிச்கோபோலஸ் சிலையை ‘லான்செலோட்டி டிஸ்கோபோலஸ்’ என்றும் அழைப்பார்கள்.

ஜெர்மன் நாட்டு சர்வாதிகாரியான அடால்ஃப் ஹிட்லர் இதை மிகவும் விரும்பினார்.

1938ஆம் ஆண்டில் இத்தாலியின் வெளியுறவு அமைச்சராக இருந்த கலியாஸ்ஸோ சியானோ என்பவர் ஐந்து மில்லியன் லைர் (இத்தாலி

நாட்டு நாணயம்) பெற்றுக் கொண்டு, பலத்த எதிர்ப்புக்கிடையில் ஹிட்லருக்கு சிலையை விற்று விட்டார். சிலை ரயில் மூலம் மூனிச் நகருக்குக் கொண்டு செல்லப்பட்டது.

1938ஆம் ஆண்டு, மூனிச் நகரில் உள்ள கிளிப்டோதெக் என்ற அருங்காட்சியகத்தில் ஹிட்லர் சிலையை நிறுவினார்.

பத்தாண்டுகளுக்குப் பிறகு, 1948ஆம் ஆண்டு அது இத்தாலிக்குக் கொண்டு வரப்பட்டது. தற்போது ரோமில் உள்ள 'பலாஸ்ஸோ மாசிமோ அல்லே டெர்ம்' என்ற அருங்காட்சியகத்தில் இருக்கிறது.

சுற்றுலாப் பயணிகளின் பார்வையிட வேண்டியவற்றின் பட்டியலில் இந்தச் சிலையும் ஒன்று!

■

17
'தாய்நாடு அழைக்கிறது' சிலை

ரஷ்ய நாட்டின் வால்காகிரேட் நகரம் முன்னாளில் ஸ்டாலின் கிரேட் என அழைக்கப்பட்டது. ரஷ்யாவின் தென்மேற்குப் பகுதியில், வால்கா நதிக்கரையில் உள்ளது இந்த நகரம். போர் வீரர்களை கவுரவிக்கும் மாமாயெவ் குர்கான் நினைவு வளாகத்தில், குன்றின் உச்சி ஒன்றில் நிறுவப்பட்டிருக்கும் நினைவுச் சின்னமான புகழ்பெற்ற சிலையின் பெயர், 'தாய்நாடு அழைக்கிறது'. இதைத் தாய்நாடு சிலை என்றும் அழைப்பார்கள்.

இரண்டாம் உலகப் போரின்போது நடந்த சண்டைகள் பலவற்றில் அதிகமான உயிரிழப்புகள் ஏற்பட்டவற்றில் ஸ்டாலின்கிரேட் யுத்தமும் ஒன்றாகும். அந்தப் போரில் ஈடுபட்ட வீரர்களின் சாகசத்தை நினைவூட்டும் வகையில்தான் இந்தச் சிலை அமைக்கப் பட்டிருக்கிறது.

ஸ்டாலின்கிரேட் போர் ஜெர்மனி நாட்டுக்கும் சோவியத் ராணுவத் துக்கும் இடையே 1942 ஆம் ஆண்டு ஆகஸ்ட் முதல் 1943 ஆம் ஆண்டு பிப்ரவரி வரை நடைபெற்றது.

ஜெர்மானியப் படைகள் ஸ்டாலின்கிரேட் (தற்போதைய வோல்காகிரேட்) பகுதியைக் கைப்பற்றும் நோக்கில் ஜெனரல் ஃபிரிட்ரிச் பௌலுஸ் என்பவரின் தலைமையில் தீவிரமாகப் போரிட்டன.

சோவியத் படைகளைத் தலைமை தாங்கி நடத்தியவர் ஜெனரல் ஜார்ஜி ஸுகோவ் என்பவர். போரில் இரு தரப்புக்கும் கணிசமான உயிரிழப்புகள் மற்றும் கடுமையான காயங்களும் சேதங்களும் நேர்ந்தன. 18,00,000 முதல் 20,00,000 வரையிலான எண்ணிக்கையில் வீரர்கள் மாண்டனர்.

இறுதியில் ஜெர்மனி பின்வாங்கியது. ஸ்டாலின்கிரேட் யுத்தத்தில் சோவியத் பெற்ற வெற்றி, இரண்டாம் உலகப் போரில் திருப்பு முனையாகவே அமைந்தது.

அந்தப் போரில் உயிர்த் தியாகம் செய்த ரஷ்யப் படை வீரர்களின் நினைவைப் போற்றும் விதமாக 'தாய்நாடு அழைக்கிறது' சிலை அமைக்கப்பட்டிருக்கிறது.

ரஷ்யர்களின் வரலாறு, தேசபக்தி மற்றும் தேசியப் பெருமையின் அடையாளமாகவே இந்தச் சிலை பார்க்கப்படுகிறது.

யெவ்ஜெனி வுச்செடிச் என்ற சிற்பியும் நிகோலாய் நிகிடின் என்ற கட்டிடக் கலை நிபுணரும் இணைந்து இந்தச் சிலையை உருவாக்கி யிருக்கிறார்கள்.

1959ஆம் ஆண்டு ஆரம்பித்த சிலை உருவாக்கப் பணிகள், 1967ஆம் ஆண்டு நிறைவு பெற்றன. கான்கிரீட் மற்றும் துருப்பிடிக்காத எஃகு ஆகியன கொண்டு தயாரிக்கப்பட்ட இந்தச் சிலை, வலுவூட்டப் பட்ட எஃகு மூலம் உறுதியாக்கப்பட்டிருக்கிறது. நிலநடுக்கங்கள் மற்றும் புயல் காற்றையும் தாங்கும் வண்ணம் உறுதியாகக் கட்டமைக்கப்பட்டிருக்கிறது.

இறகுகள் கொண்டதும் கையில் வாளை உயர்த்திப் பிடித்தபடியும் பெண்ணின் வடிவத்தில் இந்தச் சிலை இருக்கும். நீட்டிய கைகள் மற்றும் வாளுடன் இருக்கும் சிலையின் அமைப்பு, நாட்டைப் பாது காக்க வேண்டியதன் அவசரத்தையும் உறுதியையும் வெளிப்படுத்து

கிறது. தாய்நாட்டை உருவகிக்கும் வகையில் இந்தப் பெண் சிலை யின் வடிவம் இருக்கிறது.

சிலையின் உயரம் 279 அடிகள்; எடை 8,000 டன்கள். சிலையின் பீடத்தின் விட்டம் 115 அடிகள். சிலை கையில் வைத்திருக்கும் வாளின் நீளம் 108 அடிகள்; அதன் எடை 14 டன்கள்.

இந்தச் சிலை, தமது மகன்களையும், மகள்களையும் தாய்நாட்டைக் காப்பாற்ற அழைப்பதைக் குறிக்கிறது.

இது அமைக்கப்பட்டபோது இதுவே உலகத்தின் மிகப்பெரிய சிலையாக இருந்தது. 1967-1998 காலகட்டத்தில் மிக உயரமான சிலை இது என்று கின்னஸ் சாதனைப் புத்தகத்தில் இடம் பெற்றிருக் கிறது.

ரஷ்யாவின் ஏழு அதிசயங்களில் இதுவும் சேர்க்கப்பட்டிருக்கிறது.

ரஷ்யாவின் ரூபிள் நாணயங்களில் சிலையின் உருவம் பொறிக்கப் பட்டிருக்கிறது.

பார்வையாளர்கள் மேலே சென்று, வால்காகிரேட் நகரின் அழகிய காட்சியைக் காணும் வகையில் ஏற்பாடுகள் செய்யப்பட்டிருக் கின்றன.

அருகில் இருக்கும் அருங்காட்சியகத்தில் ஸ்டாலின்கிரேட் போர் மற்றும் இந்தச் சிலையைப் பற்றிய குறிப்புகள் உள்ளன. போரில் பலியானவர்கள் மற்றும் மாவீரர்களை நினைவுகூரும் பல அரங்கு களும் இங்கே இருக்கின்றன.

அஞ்சல் அட்டைகளும், தபால் உறைகளும் இந்தச் சிலையின் உருவம் தாங்கி வெளியிடப்பட்டிருக்கின்றன.

18
மோவாய் சிலைகள்

ஈஸ்டர் தீவு என்பது பசிஃபிக் பெருங்கடலின் தென்கிழக்குப் பகுதியில் அமைந்திருக்கிறது. சிலி நாட்டுக்கு சுமார் 3,600 கி.மீ. தூரம் மேற்கில் உள்ள சிறிய தீவு இது. சிலி நாட்டின் ஆளுமைக்கு உட்பட்டது. 1722ஆம் ஆண்டு, ஜேகப் ரோக்கெவீன் என்ற டச்சு ஆய்வாளரால் இந்தத் தீவு கண்டுபிடிக்கப்பட்டது. 1888ஆம் ஆண்டு சிலி நாட்டின் ஆதிக்கத்தின் கீழ் வந்திருக்கிறது.

கி.பி.1200க்கும் 1500க்கும் இடைப்பட்ட காலத்தில் ஈஸ்டர் தீவில் வாழ்ந்த 'ரபா நூய்' இன மக்களால் செதுக்கப்பட்ட மனித உருவச் சிலைகளை 'மோவாய்' சிலைகள் என்பார்கள். இந்தச் சிலைகள் ஒவ்வொன்றும் ஒவ்வொரு தனிப் பாறைகளில் இருந்து உருவாக்கப் பட்டன ஆகும்.

ஈஸ்டர் தீவுகளில் சுமார் 900 சிலைகள் ஆங்காங்கே இருக்கின்றன. இவை 2 முதல் 30 அடி வரை உயரமுள்ளன.

சிலைகளுக்கு ஆரம்பத்தில் அழுத்தமான வண்ணம் பூசப்பட்டி ருந்தது. காலக்கிரமத்தில் அவை மங்கிப் போயிருக்கின்றன. இங்கு

இருப்பதிலேயே மிக அதிக எடை கொண்ட சிலையின் எடை 80 டன்கள்!

இந்தத் தீவில் உள்ள ரானோ ரராகு என்ற எரிமலைப் பள்ளத்தில் இருந்து ஏராளமாகக் கிடைத்த எரிமலைச் சாம்பலில் இருந்து சிலைகள் தயாரிக்கப்பட்டிருக்கின்றன.

இவற்றை இடம் பெயர்த்து நிறுவ சாய்தளங்கள், கப்பிகள், நெம்புகோல்கள் போன்றன பயனாகியிருக்கின்றன. ஒவ்வொரு சிலையையும் நகர்த்த 50 முதல் 100 வேலையாட்கள் பணியில் ஈடுபட்டிருக்கின்றனர்.

இந்தச் சிலைகள் தங்கள் மூதாதையர்களைக் குறிக்கின்றன என்றும், அவர்கள் இந்தத் தீவையும் அதன் மக்களையும் கண்காணிக்கின்றனர் என்றும், தீமைகளில் இருந்து பாதுகாக்கின்றனர் என்றும் உள்ளூர் வாசிகள் நம்புகின்றனர்.

மகப்பேறு கிடைக்கவும், செல்வங்கள் குவியவும், பாதுகாப்பை உறுதிப்படுத்தவும் இந்தச் சிலைகளைத் தீவில் உள்ள மக்கள் பூஜைகள் மற்றும் சடங்குகள் செய்து வணங்கி வருகின்றனர். பார்வையாளர்களுக்கு இந்தச் சிலைகளைத் தொடுவதற்கு அனுமதி யில்லை.

2022 ஆம் ஆண்டு, அக்டோபரில் ஈஸ்டர் தீவில் ஏற்பட்ட ஒரு பெரும் தீ விபத்தில் இங்கிருந்த மாவோய் சிலைகள் பலவும் சேதமடைந்து விட்டன.

தற்போது இந்தச் சிலைகளைப் பாதுக்காக உரிய நடவடிக்கைகளை சிலி நாட்டு அரசு எடுத்து வருகிறது.

யுனெஸ்கோ அமைப்பால் உலகப் பாரம்பரியச் சின்னமாக மோவாய் சிலைகள் அறிவிக்கப்பட்டிருக்கின்றன.

19

மஹா பீட்டர் சிலை

செயின்ட் பீட்டர்ஸ்பர்க் என்பது ரஷ்ய நாட்டின் பால்டிக் கடற்கரையில் அமைந்திருக்கும் துறைமுக நகரம். இது இரண்டு நூற்றாண்டுகளுக்கு ரஷ்யாவின் தலைநகராக இருந்திருக்கிறது.

1703 ஆம் ஆண்டு, இந்த நகரத்தை நிர்மாணித்த பீட்டர் என்பவர், ஜார் என்னும் மன்னர் குலத்தைச் சேர்ந்தவர். ரஷ்ய வரலாற்றின் மிகப் பெரிய தலைவர். இவருக்குப் பெருமை சேர்க்கும் விதமாக மக்கள் இவரை, 'மஹா பீட்டர் (Peter the Great)' என்று அன்புடன் அழைக்கிறார்கள். இவரின் சிலை ஒன்றையும் உருவாக்கி மகிழ் கிறார்கள்.

மஹா பீட்டரின் சிலை மாஸ்கோ நகரத்தின் மையத்தில் இருக்கிறது. மாஸ்க்வா நதி மற்றும் வோடூட்வோட்னி கால்வாய் ஆகியவற்றின் மேற்கு சங்கமத்தில் அமைந்துள்ளது. கிரெம்ளின் மாளிகையின் சுற்றுச் சுவரில் இருந்து சுமார் ஒரு மைல் தூரத்தில் இது உள்ளது.

ரஷ்யக் கப்பற்படையின் 300ஆவது ஆண்டு நிறைவை ஒட்டி இந்தச் சிலை எழுப்பப்பட்டிருக்கிறது. சிலையை 1995ஆம் ஆண்டு

உருவாக்க ஆரம்பித்து, நான்கு ஆண்டுகள் கழித்து 1999ஆம் ஆண்டு முடித்தார்கள்.

சிலையைச் செய்த சிற்பி, ஜார்ஜியாவைச் சேர்ந்த 'ஜுராப் செரெடெலி (Zurab Tsereteli) என்பவராவார்.

322 அடி உயரம் கொண்டது இந்தச் சிலை. உலகின் மிக அதிக உயரமான சிலைகளில் இதுவும் ஒன்று. சிலையின் மொத்த எடை 1,000 டன்கள். வெண்கலம் மற்றும் செம்பு கொண்டு உருவாக்கப் பட்ட இந்தச் சிலையில் துருப்பிடிக்காத எஃகும் பயன்படுத்தப்பட்டி ருக்கிறது.

ரஷ்யாவைக் கடற்படையில் வலிமை மிக்க நாடாகப் பீட்டர் மாற்றியதை நினைவுகூரும் வகையில் கப்பல் தளத்தின் மேல், கையில் ஆவணம் ஒன்றை ஏந்தி நிற்பதுபோல அவரது சிலை வடிவமைக்கப்பட்டிருக்கிறது.

கடற்படையினர் அணியும் சீருடையில் சிலை தோற்றம் அளிக்கிறது. அவருக்குக் கடல் மீதிருந்த விருப்பத்தையும், கடற்படைச் செயல் பாடுகளில் இருந்த ஈடுபாட்டையும் சிலை குறிப்பால் உணர்த்து கிறது.

உள்ளூர் வாசிகளும், சுற்றுலாப் பயணிகளும் சிலையைத் தொட்டு, வணங்கி மலர்கள் தூவுவது வழக்கம்.

1672ஆம் ஆண்டு, ஜூன் மாதம் ஒன்பதாம் தேதியன்று ரஷ்யாவில் இருக்கும் மாஸ்கோவில் பிறந்தவர் பீட்டர். சந்தர்ப்ப சூழ்நிலை களால் தமது பத்தாவது வயதிலேயே ரஷ்யாவின் மன்னராக முடிசூட்டப்பட்டார். 08.02.1725ல் மறையும் வரை ரஷ்யாவை ஆண்டார்.

சிறு வயதிலேயே கடற்பயணங்களை மேற்கொள்வதில் மிக ஆர்வம் கொண்டவராக இருந்தார். ரஷ்ய அரச குடும்பத்தைச் சேர்ந்தவர் களில் ரஷ்யா மற்றும் வெளிநாடுகளில் கல்வி பயின்ற ஒரே நபர் பீட்டர்தான்.

ஜனவரி முதல் தேதியைப் புத்தாண்டு தினமாகக் கொண்ட ஜூலியன் கேலண்டர் நடைமுறையை ரஷ்யாவில் பீட்டர் அறிமுகப்படுத்தினார். கிறிஸ்துமஸ் சமயத்தில் கிறிஸ்துமஸ் மரங் களை அலங்கரிக்கும் வழக்கமும் அவரால்தான் ரஷ்யாவில் பிரபல மானது.

மக்கள் அனைவரும் குறிப்பிட்ட காலம் ராணுவப் பயிற்சிகளை மேற்கொள்ள வேண்டும் என்பதைக் கட்டாயமாக்கினார்.

பல துறைகளிலும் திறமையுள்ள வெளிநாட்டவர்களை ரஷ்யாவுக்கு வரவழைத்து உயர் பதவிகளில் அமர்த்தினார். ராணுவத்தை நவீனப் படுத்தினார்.

கல்வி மற்றும் கலைகளை ஆதரித்தார். செயின்ட் பீட்டர்ஸ்பர்க் பல்கலைக்கழகத்தை நிறுவினார். அயல்நாடுகளுடன் வணிகத் தொடர்புகளை விரிவாக்கினார்.

சிலர் மஹா பீட்டரின் சிலை, தேவைக்கும் அதிகமான அளவு பெரியது என்று விமர்சிக்கிறார்கள். ஆனால் பெரும்பாலான ரஷ்யர்கள் இந்தச் சிலை ரஷ்யாவின் பெருமை மற்றும் பாரம்பரியத் துக்கான அடையாளம் என நினைக்கிறார்கள்.

■

20
நான்கு நதிகள் நீரூற்று சிலை

இத்தாலியின் தலைநகரான ரோம் நகரில் இருக்கும் பியாஸ்ஸா நவோனா என்னும் பொதுவெளியில் 'நான்கு நதிகள் நீரூற்று சிலை' அமைந்துள்ளது.

இந்தச் சிலையை வடிவமைத்த சிற்பியின் பெயர் ஜியான் லொரென்ஸோ பெர்னினி. இவர் இத்தாலியைச் சேர்ந்தவர்; புகழ்பெற்ற கட்டிடக் கலைஞர். சிலை உருவான காலம், 1648 முதல் 1651 வரை.

இந்தச் சிலை அமைப்பதற்கு ஆணையிட்டவர் போப் இன்னசென்ட் X (Pope Innocent X). நகர்ப்புற மேம்பாட்டுத் திட்டத்தின் ஒரு பகுதியாக இது அமைக்கப்பட்டது.

அந்தக் காலகட்டத்தில் உலகத்தின் மிகப் பெரிய நதிகளாக அறியப் பட்டிருந்த கங்கை, நைல், டான்யூப் மற்றும் ரியோ பிளாட்டா ஆகியவற்றை இந்தச் சிலை குறிக்கிறது.

ஒவ்வொரு நதியும் பெரிய பளிங்கு வடிவங்களில் இருந்து வெளி வருவதுபோல அமைக்கப்பட்டிருக்கிறது. இந்த நான்கு பளிங்கு

உருவங்களும் ஆசியா, ஆப்பிரிக்கா, ஐரோப்பா மற்றும் அமெரிக்காக்களையும் நினைவூட்டுகின்றன. விவேகம், நீதி, சுயக் கட்டுப்பாடு மற்றும் துணிவு ஆகிய முக்கியமான நற்பண்புகளையும் வெளிப்படுத்துவதாக அமைக்கப்பட்டிருக்கின்றன.

ஐரோப்பாவில் புகழ் பெற்றிருந்த கட்டிடக் கலையின் ஒரு பிரிவான 'பரோக் கட்டிடக் கலை' அடிப்படையில் உருவாக்கப்பட்டிருக்கிறது. கச்சிதமான அளவுகள், அழகிய வளைவு நெளிவுகள், மிக நுட்பமான அலங்காரங்களுடன் இந்தச் சிலை விளங்குகிறது. உலகெங்கும் இருந்தும் பல சுற்றுலாப் பயணிகள் பார்த்துச் செல்வதாகவும் இருக்கிறது.

தொடர்ந்து தண்ணீர் கொட்டிக் கொண்டே இருப்பதற்கு ஏற்பக் குழாய்கள், பம்புகள், வால்வுகள் போன்றனவற்றையும் அமைத்திருக்கிறார்கள்.

சிற்பி ஜியான் லொரென்ஸோ பெர்னினியின் தொழில்நுட்பத் திறன், கலை நயம் மிக்க கண்ணோட்டம், மற்றும் பொருட்களைப் புதுமையாகப் பயன்படுத்தியிருப்பது ஆகியன பலராலும் பாராட்டப்படுகின்றன.

இந்தச் சிலை ஏற்படுத்தியிருக்கும் தாக்கத்தால் உலகெங்கும் வெவ்வேறு நாடுகளில் இதே போல நிறையச் சிலைகளை சிற்பிகள் பலரும் செதுக்கியிருக்கிறார்கள்.

பருவ நிலை மாற்றங்களாலும், சிலை செய்யப்பட்டுப் பல ஆண்டுகள் ஆகிவிட்டதாலும், சுற்றுச்சூழல் மாசுக் கேடுகளாலும், முன்னர் சரிவரக் கவனம் செலுத்தாததாலும் பழுதடைந்த சிலையை அவ்வப்போது சரி செய்யும் பணியும் நடைபெறுகிறது.

தற்போது இந்தச் சிலை பாதுகாக்கப்படும் பொக்கிஷமாகக் கருதப்படுகிறது. அதன் அசல் தன்மை மாறாமல், நீடித்து நிலைத்திருந்து பின்வரும் சந்ததிகளும் கண்டுகளிக்கும் வண்ணம் சிறப்புக் கவனம் எடுத்துப் பராமரிக்கப்பட்டு வருகிறது.

21
ஜோன் ஆஃப் ஆர்க் சிலை

ஜோன் ஆஃப் ஆர்க் என்பவர் ஃபிரான்ஸ் நாட்டின் போர் வீராங்கனை. விவசாயக் குடும்பத்தில் பிறந்தவர். 1429 ஆம் ஆண்டு ஃபிரான்ஸுக்கும் இங்கிலாந்துக்கும் இடையே நடைபெற்ற ஆர்லியன்ஸ் போரில் ஃபிரெஞ்சுப் படைகளை வழிநடத்தி, ஃபிரான்ஸ் நாட்டுக்கு வெற்றி தேடித் தந்தவர்.

1337ஆம் ஆண்டு முதல் ஃபிரான்ஸுக்கும் இங்கிலாந்துக்கும் இடையில் அவ்வப்போது மூண்ட போர்கள் 1453ல்தான் முடிவுக்கு வந்தன.

இங்கிலாந்து நாட்டவரின் ஆதிக்கத்திலிருந்து ஆர்லியன்ஸை மீட்டதால் இவரை 'ஆர்லியன்ஸின் சீமாட்டி' என்றும் அழைப்பார்கள். 1920ஆம் ஆண்டில் இவர் கத்தோலிக்கப் புனிதராக ஏற்றுக் கொள்ளப்பட்டிருக்கிறார்.

ஃபிரான்ஸ் நாட்டு மக்கள் தங்களது பெருமைக்குரியவராக இவரைக் கருதுகிறார்கள். இவர் அற்புத சக்தி கொண்டு நோயாளி களைக் குணப்படுத்தியிருப்பதாகவும் கொண்டாடுகிறார்கள்.

DÉFENSE
D'AFFICHER

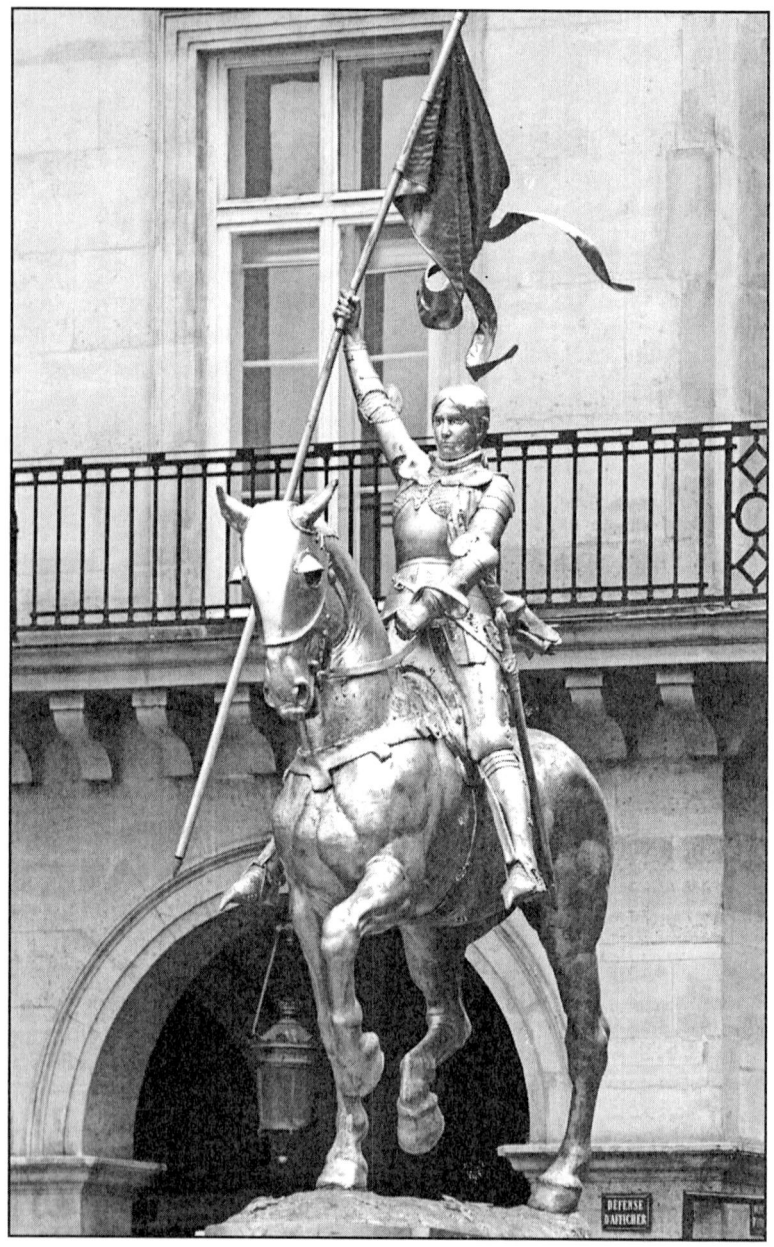

மொத்தம் ஒன்பது போர்களில் ஃப்ரெஞ்சுப் படைகளை வெற்றி பெறச் செய்தார்.

ஜோன் ஆஃப் ஆர்க், ஃபிரான்ஸ் நாட்டின் வடகிழக்குப் பகுதியில் உள்ள டோம்ரெமி என்ற இடத்தில் ஜாக்வஸ் டி ஆர்க் என்பவருக்கும் இஸபெல்லா ரோமீ என்பவருக்கும் பிறந்தவர். எழுதப் படிக்கக்கூடத் தெரியாதவர்.

'பர்கண்டியர்' எனப்படும் ஜெர்மனியப் பழங்குடியினரால் சிறைப் பிடிக்கப்பட்ட ஜோன், இங்கிலாந்து அரசிடம் ஒப்படைக்கப் பட்டார். அங்கே மத ரீதியான நீதிமன்றத்தில் இவர் விசாரிக்கப் பட்டார். சூனியம் வைத்தல், மாந்திரீகம் செய்தல், ஆண்களுக்கான உடைகளை அணிதல் போன்ற குற்றச்சாட்டுகளுக்காகத் தமது பத்தொன்பதாவது வயதில் உயிரோடு எரித்துக் கொல்லப்பட்டார்.

மரண தண்டனை நிறைவேற்றப்பட்ட இருபத்தைந்து ஆண்டு களுக்குப் பிறகு, போப் காலிக்ஸ்டஸ் III விசாரணையை மீண்டும் ஆராய்ந்து, அவரை நிரபராதி மற்றும் தியாகி என அறிவித்தார்.

ஃபிரான்ஸ் நாட்டின் தலைநகரான பாரிஸ் நகரத்தில், 'பிளேஸ் டெஸ் பிரமைடெஸ்' என்னும் இடத்தில் இந்தச் சிலை அமைக்கப் பட்டிருக்கிறது. போர் ஒன்றில் ஜோன் ஆஃப் ஆர்க் காயம் பட்ட இடத்துக்கு அருகில்தான் இந்தச் சிலை உள்ளது.

சிலையை உருவாக்கியிருப்பவர் ஃபிரான்ஸ் நாட்டைச் சேர்ந்த சிற்பி இம்மானுவல் ஃப்ரெமியெட் என்பவராவர். உருவான ஆண்டு 1874.

ஜோன் ஆஃப் ஆர்க்கின் கிராமத்திலிருந்த ஐமீ ஜிராட் (Aimée Girod) என்ற பெண்ணையே இந்த சிலைக்கான மாடலாக வைத்து, சிற்பி இந்தச் சிலையை உருவாக்கியிருக்கிறார்.

சிலை வெண்கலத்தால் ஆனது. தங்க முலாம் பூசப்பட்டிருப்பதால் பொன்னிறத்தில் பளபளப்பாகத் திகழ்கிறது. குதிரையின் மீது அமர்ந்திருக்கும் ஜோன் ஆஃப் ஆர்க், வலது கையில் கொடி ஒன்றை ஏந்தியிருக்கும் விதமாகச் சிலை உருவாக்கப்பட்டிருக்கிறது. இவர்

அணிந்திருக்கும் போர் உடைகள், ஆயுதங்கள் மற்றும் குதிரையின் தசைகள் போன்றன தத்ரூபமாகச் செதுக்கப்பட்டிருக்கின்றன.

சிலையின் பீடத்தை பவுல் அபேடி என்ற கட்டிடக் கலை நிபுணர் வடிவமைத்திருக்கிறார். சிலை 1874ஆம் ஆண்டு திறக்கப் பட்டது. சிலைக்கான ஏற்பாடுகளை ஃபிரெஞ்சு நாட்டு அரசு மேற்கொண்டது.

உலக வரலாற்றின் முக்கியமான சிலைகளில் இதுவும் ஒன்று.

இதை முன்மாதிரியாகக் கொண்டு செய்யப்பட்ட பல சிலைகள் நியூயார்க், ஃபிலடெல்ஃபியா, மெல்போர்ன் போன்ற பல நகரங் களிலும் நிறுவப்பட்டுள்ளன.

காழ்ப்புணர்ச்சி கொண்டவர்களால் அவ்வப்போது இந்தச் சிலை சேதமடைந்தும் உள்ளது. 2013ஆண்டுகூட இந்த சிலையின்மீது அதிருப்தியாளர்கள் சிலர் சாயங்களைக் கொட்டியிருக்கின்றனர்.

பல திரைப்படங்கள், புத்தகங்கள் மற்றும் கலை வடிவங்களில் இந்தச் சிலை இடம் பெற்றிருக்கிறது.

ஒவ்வோர் ஆண்டும் மே தினத்தன்று இந்த சிலைக்குச் சிறப்பு மரியாதைகள் செய்கிறார்கள்.

இந்தச் சிலை ஃபிரான்ஸ் நாட்டு மக்களின் நாட்டுப்பற்றுக்கும் பெருமைக்குமான ஓர் அடையாளமாகவே உள்ளது.

∎

22
சிங்கப்பூர் சிங்கம் சிலை

சிங்கப்பூரின் அடையாளமாக இருப்பது, 'மெர்லயன்' எனப்படும் சிலை. இது சிங்கத்தின் தலையும், மீனின் உடலையும் கொண்டது. ஒரு காலத்தில் மீனவ கிராமமாக சிங்கப்பூர் இருந்திருக்கிறது என்பதையும், 'சிங்கபுரா (சிங்க நகரம்)' என்ற பூர்விகப் பெயரை நினைவூட்டும் விதமாகவும் இந்தச் சிலை இருக்கிறது.

8.6.மீட்டர் உயரம் கொண்ட இந்தச் சிலையின் எடை 70 டன்கள். இந்தச் சிலையின் வாயிலிருந்து நீரூற்று பொங்கி வரும். இந்தச் சிலையை வடிவமைத்தவர் சிங்கப்பூர்ப் பல்கலைக்கழகத்தின் துணைவேந்தரான 'க்வான் சாய் கியோங்' என்பவர்; செதுக்கியவர் உள்ளூர் சிற்பியான லிம் நாங் செங். 1971ஆம் ஆண்டு நவம்பர் மாதம் ஆரம்பிக்கப்பட்ட இந்தச் சிலையின் உருவாக்கம், 1972ஆம் ஆண்டு ஆகஸ்ட் மாதம் நிறைவடைந்தது. செலவுத்தொகை 1,65,000 சிங்கப்பூர் டாலர்கள்.

1972 ஆம் ஆண்டு, செப்டம்பர் மாதம் பதினைந்தாம் தேதி சிஙப்பூரின் அப்போதைய முதலமைச்சரான லீ குவான் யூ என்பவரால் திறந்து வைக்கப்பட்டிருக்கிறது.

முதலில் சிங்கப்பூர் நதியின் ஆரம்பப் பகுதியில் அமைக்கப்பட்ட இந்தச் சிலையை 2002ஆம் ஆண்டு மெர்லின் பார்க் என்னுமிடத்தில் மறு நிர்மாணம் செய்திருக்கிறார்கள்.

'மெர்' என்றால் கடல் என்றும், 'லயன்' என்றால் சிங்கம் என்றும் அர்த்தம். பழங்காலத்தில் சிங்கப்பூருக்கு 'டெமாசெக்' என்று பெயர். அந்த வார்த்தைக்குக் கடல் நகரம் என்று ஜாவனீஸ் மொழியில் அர்த்தம்.

முன்னொரு காலத்தில் 'சாங் நிலா உடாமா' என்ற மலேசிய இளவரசன் பயணம் செய்த கப்பல் பழுதடைந்து டெமாசெக் (தற்போதைய சிங்கப்பூர்) என்ற தீவில் கரை ஒதுங்கியது. அப்போது அங்கே அவரும் அவரது படையினரும் சிங்கம் ஒன்றைக் கண்டிருக் கின்றனர். எனவே அந்தப் பகுதிக்கு, 'சிங்கபுரா' எனப் பெயரிட்டிருக் கின்றனர். சமஸ்கிருதத்தில் 'சிங்க' என்பது சிங்கத்தையும் 'புரா' என்பது நகரத்தையும் குறிக்கும்.

2009ஆம் ஆண்டு பிப்ரவரி 28 ஆம் தேதி பிற்பகல் 4.26க்கு மின்னல் தாக்கியதால் இந்தச் சிலையின் சில பகுதிகள் சேதமடைந்தன. உடனடியாக அவை பழுதுபார்க்கப்பட்டுச் சரி செய்யப்பட்டன. மிக அழுத்தமாகப் பாய்ச்சப்படும் நீரினால் சிலை மீது படியும் தூசிகள் நீக்கப்படுகின்றன. தொடர் பராமரிப்பை இந்தச் சிலைக்கு அளித்து வருகிறார்கள்.

இந்தச் சிலை அதிர்ஷ்டத்தை அளிக்கும் என உள்ளூர்வாசிகள் நம்பு கின்றனர்.

இந்த மெர்லின் வடிவத்தை அனுமதியின்றி எவரேனும் பயன் படுத்தினால் அது சிங்கப்பூர் டூரிஸம் போர்ட் சட்டவிதிகளின்படி தண்டனைக்குரிய குற்றமாகும்.

புகழ் பெற்ற இந்தச் சிலை பல திரைப்படங்கள், தொலைக்காட்சி நிகழ்ச்சிகள், இலக்கியம் மற்றும் கலை வடிவங்கள், காணொலி விளையாட்டுக்கள் போன்றவற்றிலும் இடம் பெற்றுள்ளது.

23

பவேரியா சிலை

உலகிலேயே வெண்கலத்தால் உருவாக்கப்பட்ட முதல் பெரிய சிலை என்ற பெருமை பவேரியா சிலைக்கு உண்டு.

பெண் வடிவில் அமைக்கப்பட்டிருக்கும் நினைவுச் சின்னம் இது. வெண்கலத்தால் ஆன இந்தச் சிலையின் எடை 87.36 டன்கள்; உயரம் 60.7 அடி. அந்தப் பெண் கரடித் தோலால் செய்யப்பட்ட ஆடையை உடுத்தியிருக்கிறார்; கையில் ஓக் என்ற மரத்தின் இலைகளையும், வாள் ஒன்றையும் வைத்திருக்கிறார்; சிங்கம் ஒன்று அருகில் அமர்ந்திருக்கிறது.

இந்தச் சிலை ஜெர்மனி நாட்டின் தெற்குப் பகுதியில் இருக்கும் ம்யூனிச் நகரத்தில் உள்ள தெரெசியென்வியெஸ் என்ற மிகப் பெரிய திறந்தவெளி அரங்கில் நிர்மாணிக்கப்பட்டிருக்கிறது. இது அமைக்கப்பட்டிருக்கும் இடத்தில் புகழ்பெற்ற 'ஆக்டோபெர்ஃபெஸ்ட்' என்ற திருவிழா நடைபெறுவது வழக்கம்.

பத்தொன்பதாம் நூற்றாண்டின் மத்திய காலகட்டத்தில் ஜெர்மன் சிற்பியான லுட்விக் ஸ்ச்வான்தலர் என்பவரால் வடிவமைக்கப்பட்டது. 1844ல் ஆரம்பித்து, 1850ல் இந்தச் சிலையை ஃபெர்டினண்ட் வான் மில்லர் என்ற ஜெர்மனியர் செய்து முடித்தார். தலை,

மார்பளவுப் பகுதி, இடுப்பு மற்றும் சிங்கத்துடன் இருக்கும் கீழ்ப் பகுதி என நான்கு முக்கிய பாகங்களாகத் தனியே செதுக்கப்பட்டுப் பின்பு ஒன்றிணைக்கப்பட்டிருக்கிறது. இது அமைக்கப்பட்டிருக்கும் பீடத்தின் உயரம் 28 அடி.

பவேரியா பகுதி ஏரிகளும், மலைகளும், கோட்டைகளும் நிரம்பியது; வரலாற்றுச் சிறப்புமிக்கது. இந்தப் பெண் சிலை பவேரியாவின் குறியீடாக விளங்குகிறது. 1837ஆம் ஆண்டு, பவேரியாவின் மன்னரான லுட்விக் I என்பவர், பவேரியாவின் சிறப்புகளை மக்கள் என்றும் நினைவில் வைத்திருக்கும் வண்ணம் இந்தச் சிலையை அமைக்க ஆணையிட்டார்.

பவேரியா மாகாணத்தின் குறியீடாகவே இது விளங்குகிறது. அந்த மாகாணத்து மக்களின் வலிமை மற்றும் ஒற்றுமையின் அடையாள மாக இது திகழ்கிறது.

சிலையின் உள்ளேயே அமைக்கப்பட்டிருக்கும் படிக்கட்டுகள் மூலம் ஏறி, சுற்றுப்புறத்தைப் பார்வையிடும் வகையில் மேடை ஒன்றும் உள்ளது. பீடத்தில் இருந்து சிலையின் தலைப்பகுதி வரை சுருள் வடிவில் படிக்கட்டுகள் உட்புறத்தில் அமைக்கப்பட்டிருக் கின்றன. சிலையின் கால்கள் உள்ள பகுதிக்குச் செல்ல 48 படிகள் உள்ளன. இன்னும் 126 படிகள் மேலே ஏறினால், ம்யூனிச் நகரின் எழில் தோற்றத்தைக் காண முடியும்.

தேசப்பற்றின் அடையாளமாகவும், பவேரியாவின் பெருமைகளை விளக்குவதாகவும் உள்ள இந்தச் சிலையை ஆண்டுதோறும் ஏராள மானவர்கள் பார்வையிட்டுச் செல்கின்றனர். 1850ஆம் ஆண்டு இந்தச் சிலை திறக்கப்பட்டபோது, சிலையைச் செய்த சிற்பி உயிருடன் இல்லை என்பதும், சிலை செய்ய ஏற்பாடு செய்த மன்னர் பதவியில் இல்லை என்பதும் குறிப்பிடத்தக்கது.

சிலை அமைக்கப்பட்ட பிறகு, முதலாம் உலகப் போரின் தொடர்ச்சி யாகப் பல அமைதிப் பேரணிகள், புரட்சி ஊர்வலங்கள், நாஜிக்களின் கொண்டாட்டங்கள், வெடிகுண்டுத் தாக்குதல்கள், விமான விபத்து போன்ற பல சம்பவங்கள் இந்தச் சிலை முன்னே நடந்தேறியிருக் கின்றன!

24
வீனஸ் சிலை

வீனஸ் சிலையின் அசல் பெயர், 'வீனஸ் டி மைலோ' என்பதாகும். இந்தப் பெண் சிலை கிரேக்கக் தேவதையின் வடிவம் என்றும் அழகு, காதல் மற்றும் இனக்கவர்ச்சியின் குறியீடாகத் திகழ்கிறது என்றும் பாதுகாப்பு, வெற்றி, கருவுறுதல் அல்லது தாய் தெய்வத்தின் அடையாளமாக இருக்கலாம் என்றும் தொல்பொருள் ஆராய்ச்சியாளர்கள் நம்புகிறார்கள்.

அந்தியோக்கியா என்னும் பழங்கால நகரம், இன்றைய துருக்கி நாட்டின் தென் கிழக்குப் பகுதியில், சிரியாவின் வடகிழக்கு எல்லையிலிருந்து 12 மைல் தொலையில் அமைந்திருக்கிறது. இங்கே வாழ்ந்திருந்த சிற்பி அலெக்ஸாண்ட்ரோஸ் என்பவர் இந்தச் சிலையை கி.மு.150 முதல் 100 வரையிலான காலகட்டத்தில் செதுக்கியிருக்கிறார் என்பது ஆராய்ச்சியாளர்களின் கணிப்பு. ஆனால் மிகச் சரியாக உருவாக்கப்பட்ட காலம் இன்னதுதான் என்று நிரூபிக்கப்படவில்லை.

ஏஜியன் கடலில் இருக்கும் மைலோஸ் என்ற தீவில் இது கண்டெடுக்கப்பட்டிருக்கிறது.

1820 ஆண்டு, ஏப்ரம் மாதம் எட்டாம் தேதி, அப்போதைய ஒட்டாமான் பேரரசின் ஆளுமைக்குட்பட்ட மைலோ தீவில், கிரேக்க விவசாயி ஒருவரால் கண்டுபிடிக்கப்பட்டது.

அகழ்வாராய்ச்சியில் ஆர்வம் உள்ள ஆலிவர் வாவ்சியர் என்ற ஃபிரான்ஸ் நாட்டு மாலுமி ஒருவர் இதைப் பார்த்து, அந்த விவசாயியை மேலும் சிலை இருந்த இடத்தைத் தோண்டும்படி ஊக்கப்படுத்தினார்.

அந்த மாலுமியும், விவசாயியும் சிலையின் பாகங்களைக் கண்டெடுத்தனர்.

பின்னர் அந்தச் சிலை ஃபிரான்ஸுக்குக் கொண்டு வரப்பட்டு, பதினாறாம் லூயி மன்னரால் 1821ஆம் ஆண்டில், பாரீஸ் நகரத்தில் இருக்கும் லுவெர் (Louvre) அருங்காட்சியகத்தில் வைக்கப்பட்டிருக்கிறது.

அந்த அருங்காட்சியகத்தின் தலைசிறந்த காட்சிப் பொருட்களில் ஒன்றாக இது விளங்குகிறது. சுற்றுலாவாசிகள் பலரும் பார்வையிட்டுச் செல்கின்றனர்.

நிர்வாகக் காரணங்களை முன்னிட்டுச் சில முறை இந்தச் சிலை இடமாற்றம் செய்யப்பட்டிருக்கிறது.

காதல் தேவதையான வீனஸ் சிலையின் உயரம் 6 அடி 7 அங்குலம் ஆகும். தலை இடது பக்கமாகத் திரும்பியிருக்கிறது. இரு கைகள், இடது பாதம் மற்றும் காது மடல்கள் இல்லை. சிலை உருவாக்கப்பட்டபோது அவை எந்த அமைப்பில் இருந்தன என யாருக்கும் தெரியாது.

சிலைக்கருகில் ஆப்பிள் பழம் ஒன்றை ஒரு கை வைத்திருப்பதைப் போன்ற பகுதி ஒன்று கண்டெடுக்கப்பட்டிருக்கிறது. அந்தக் கை, இந்தச் சிலையின் உடைந்துபோன கைகளில் ஒன்றாக இருக்கக்கூடும் என ஆராய்ச்சியாளர்கள் கருதுகிறார்கள்.

உதடுகள் லேசாகத் திறந்த நிலையில் பற்கள் தெரியும் விதமாக இருக்கின்றன. கண்கள் மற்றும் வாய் சற்றே சிறிய அளவில் உள்ளன.

ஆடைகள் அணியாத வெற்று மார்புடன் சிலை காட்சியளிக்கிறது. உடலின் கீழ்ப்பகுதி மட்டுமே ஆடையால் மறைக்கப்பட்ட வண்ணம் தென்படுகிறது. இடது காலைச் சற்றே உயர்த்தியபடியும் உடலின் எடையை வலது காலால் தாங்கியபடியும் சிலை அமைக்கப்பட்டிருக்கிறது. சிலையின் வலது மார்பகத்திற்கு கீழே நிரப்பப்பட்ட துளை ஒன்று உள்ளது, முதலில் வலது கையைத் தாங்கும் ஓர் உலோகப் பிணைப்பு அதில் இருந்திருக்கக்கூடும். சிலையின் உடற்பகுதி மிகப் பளபளப்பாக இழைக்கப்பட்டிருக்கிறது என்றாலும் உளி பட்ட அடையாளங்களும் ஆங்காங்கே தென்படுகின்றன.

சிலையின் வலது கைப் பக்கம் இருக்கும் ஆடையில் இடது புறத்தை விட அதிக வேலைப்பாடுகள் மிளிர்கின்றன. இதற்குக் காரணம், இடது கைப் பகுதி பார்வைக்குத் தென்படாத வண்ணம் முதலில் அமைக்கப்பட்டதாக இருக்கக்கூடும். அதே போல சிலையின் பின் பகுதியின் இறுதி வடிவமைப்புக்கும் அதிக முக்கியத்துவம் கொடுக்கப்படவில்லை. முன்புறமிருந்தே பார்வையாளர்கள் பார்ப்பார்கள் என்பது இதற்குக் காரணமாக இருக்கலாம்.

சிலையின் பராமரிப்புப் பணிகள் அவ்வப்போது செய்யப்பட்டு வருகின்றன.

இந்தச் சிலை பற்றி ஏராளமான கவிதைகள் இயற்றப்பட்டுள்ளன. பல கலை வடிவங்களிலும் இது சித்தரிக்கப்பட்டு வருகிறது. திரைப் படங்கள் மற்றும் விளம்பரங்களிலும் தொடர்ந்து இடம் பெற்று வருகிறது.

■

25

காலணிகள் சிலை

காலணிகளுக்கு சிலை இருப்பது வியப்பான செய்திதானே! ஆம், ஹங்கேரி நாட்டின் டான்யூப் நதியின் கிழக்குக் கரையின் நடை பாதையில், காலணிகள் (ஷூக்கள்) சிலை வடிவில் நினைவுச் சின்னங்களாக வடிவமைக்கப்பட்டிருக்கின்றன. ஹங்கேரியப் பாராளுமன்றத்திற்குத் தெற்கே சுமார் 300 மீட்டர் தொலைவில் இவை இருக்கின்றன. இவற்றின் அருகில் ஹங்கேரி அகாடமி ஆஃப் சயின்ஸ் என்ற நிறுவனம் மற்றும் ரூஸ்வெல்ட் சதுக்கம் ஆகியனவும் உள்ளன. இந்தச் சிலைகள் உருவானதற்குச் சோகமான வரலாறு உண்டு.

இரண்டாம் உலகப் போரின்போது, ஹங்கேரி நாட்டு ராணுவத்தின் 'ஏரோ கிராஸ் பார்ட்டி' (நையிலாஸ்) என்ற அமைப்பின் ராணுவப் பிரிவின் மூலம் புதாபெஸ்ட் நகரத்தில் படுகொலை செய்யப்பட்ட யூதர்களின் நினைவாக இந்தச் சின்னம் உருவாக்கப்பட்டிருக்கிறது.

அந்தச் சம்பவம் நடைபெற்றபோது, நதிக்கரையில் நிறுத்தி வைக்கப் பட்டவர்களின் ஷூக்களைக் கழற்றுமாறு ராணுவத்தினர் கட்டளை யிட்டனர். அவர்களும் அவ்வாறே கழற்றி விட்டு நின்றனர். அதன்

பின்னர் அவர்கள் சுட்டுக் கொல்லப்பட்டனர்; உடல்கள் ஆற்றில் விழுந்து அடித்துச் செல்லப்பட்டன. இந்தச் சம்பவத்தில் மொத்தம் 3,500 நபர்கள் கொல்லப்பட்டார்கள். அதில் யூதர்கள் மட்டும் 800 பேர்.

அந்தக் காலகட்டத்தில் ஷூக்களுக்கு விலைமதிப்பு அதிகம் இருந்ததால், யூதர்கள் கழற்றி வைத்த காலணிகளை எடுத்துக் கொண்டு போய் ராணுவ வீரர்கள் விற்றுப் பணத்தை எடுத்துக் கொண்டனர்.

இந்த நிகழ்ச்சியில் இறந்து போனவர்களைக் கௌரவிக்கும் விதமாகக் காலணி வடிவத்தில் சிலைகளை அமைக்க ஏற்பாடு செய்தவர் திரைப்பட இயக்குனரான ‘கேன் டுகே’ என்பவராவார். சிலையைச் செய்தவர் சிற்பி ‘க்யுலா பவுர்’.

அந்தக் காலத்தில் பயன்படுத்தப்பட்ட வடிவத்தில், 60 ஜோடி ஷூக்களை இரும்பினால் செய்திருக்கிறார். கல் மேடை மீது இவை உருவாக்கப்பட்டிருக்கின்றன.

2005ஆம் ஆண்டு ஏப்ரல் மாதம் பதினாறாம் தேதி இவை பொது மக்களின் பார்வைக்காக திறந்து வைக்கப்பட்டன. அவற்றைப் பார்வையாளர்கள் அமர்ந்து பார்வையிடும் வகையில், 40 மீட்டர் நீளமும் 70 செ.மீ. உயரமும் கொண்ட கல் இருக்கைகள் (பெஞ்சுகள்) இருக்கின்றன. மூன்று இடங்களில் வார்ப்பிரும்பினால் அமைக்கப்பட்ட பலகைகளில், ஹங்கேரியன், ஆங்கிலம் மற்றும் ஹீப்ரு மொழிகளில் பின்வரும் வாசகங்கள் பொறிக்கப்பட்டிருக் கின்றன.

“1944-45 காலகட்டத்தில் டான்யூப் நதிக்கரையில் சுட்டுக் கொல்லப் பட்ட அப்பாவிகளின் நினைவாக 16.04.2005ஆம் தேதி உருவாக்கப் பட்டது.”

இந்தப் படுகொலைக்கு மூல காரணமாக விளங்கிய ‘ஸ்ஜலாஸி (Szálasi)’ என்ற தலைவர் மற்றும் அவரது ஆதரவாளர்களுக்கு இரண்டாம் உலகப் போருக்குப் பிறகு மரண தண்டனை நிறை வேற்றப்பட்டது.

■

நூலாசிரியர் பற்றி...

'லதானந்த்' என்ற புனைபெயரில் எழுதிவரும் இவரது இயற்பெயர் டி.ரத்தினசாமி. கோவையின் துடியலூரைச் சேர்ந்தவர். இவரது தந்தை ஆர்.திருஞானசம்பந்தம், கோவையில் இருந்து வெளியான, 'வசந்தம்' இதழின் ஆசிரியரும் உரிமையாளரும் ஆவார். கொங்கு வட்டார வழக்கில் புகழ்பெற்ற நாவல்களை எழுதிய ஆர்.ஷண்முகசுந்தரம் இவரது பெரியப்பா.

நூலாசிரியர் 35 ஆண்டுகள் தமிழக அரசுப் பணிபுரிந்தவர். ஆரம்பத்தில் தணிக்கைத் துறையில் பணியாற்றிய இவர் பின்னர் வனத் துறையில் பணியாற்றி, உதவி வனப் பாதுகாவலர் பதவியில் இருந்து ஓய்வு பெற்றவர். பணி ஓய்வுக்குப் பிறகு, ஆனந்த விகடன் குழுமத்தில் இருந்து வெளியான டாக்டர் விகடனில் பணியாற்றியிருக்கிறார். கல்கி குழும இதழான 'கோகுலம்' சிறுவர் இதழில் ஐந்தாண்டுகள் பொறுப்பாசிரியராகவும், கல்கி குழும 'பரதன் பப்ளிகேஷனஸ்' நிறுவனத்தின் பதிப்பாசிரியராகவும் பணியாற்றியிருக்கிறார்.

வனங்களில் வினோதங்கள், மெமரி பூஸ்டர், பிருந்தாவன் முதல் பிரயாகை வரை, புண்ணியம் தரும் புற்றுக் கோவில்கள், எனப்படுவது, வாங்க பழகலாம், சாதனைத் திலகங்கள், மாத்தி யோசிங்க பாஸ், வாழ்வியலின் உண்மைகள், நீலப்பசு, பெண்கள் அல்ல சாதனையாளர்கள், இவர்களைப் போல் நானும் மற்றும் ஸ்டார்ஸ் & சூப்பர் ஸ்டார்ஸ் ஆகிய தலைப்புகளில் எழுதப்பட்டிருக்கும் இவரது நூல்கள் குறிப்பிடத்தக்கன.

உடைந்த கண்ணாடிகள், பாம்பின் கண் – தமிழ் சினிமா ஓர் அறிமுகம் போன்ற நூல்களை மொழிபெயர்த்துள்ளார்.